Như một lời tạ tình
những người đã ghé qua đời tôi,
cùng chia sẻ buồn, vui, cùng
đồng hành dù ngắn ngủi, hay
dài lâu.
Cho lòng tôi mãi mãi là cánh
buồm no gió vượt sóng ngàn
khơi để vui với đời này.

LÒNG TA CÁNH BUỒM

thơ túy hà

Thơ là khai mở những tương quan thầm lặng giữa người viết và người đọc. Ấn tượng không là chỉ dấu bất ngờ, thoáng chốc mà chính là những ẩn sâu tồn tại dài lâu trong ký ức.

Thơ Tình Túy Hà
Nhìn Bởi Tô Thẩm Huy

Trước hết tôi xin được cảm ơn thi sĩ Tuý Hà dành cho tôi được đứng ở đây thưa đôi ba lời dông dài cùng quý vị. Dông dài nhưng sẽ không dai dẳng vì tôi đã hứa với anh Tuý Hà là sẽ vắn tắt trong vòng năm, mười phút. Vậy xin quý vị hãy yên tâm.

Thưa, những nét hay, đẹp, đặc thù trong thơ Tuý Hà các vị diễn giả trước tôi đã nói cả rồi. Riêng tôi thì tuy đọc sách cũng ít nhiều dăm bảy quyển, nhưng nghĩa lý thì vẫn mù mờ, không dám nói là mình đã hiểu thế nào là thơ hay. Nhưng đã đứng ở đây thì tôi cũng xin trình bày với quý vị một vài ý nghĩ riêng tư, một vài cảm xúc đã đến với tôi khi ngồi đọc *Cát Bụi Lưu Vong*, tập thơ mới nhất của anh.

Thưa quý vị, tôi đọc thơ Tuý Hà đã nhiều năm, qua các tạp chí văn chương hải ngoại, có lẽ lâu hơn là Tuý Hà nghĩ tôi đã đọc thơ anh tự lúc nào, vì giữa anh và tôi chưa có dịp nào ngồi nói chuyện văn chương riêng với nhau, ngoài những lần cụng ly trong những buổi tiệc đông đảo quần hùng.

Hình ảnh con người Tuý Hà mà tôi đã giữ từ những năm ấy là hình ảnh của một kẻ sĩ sống giữa thời tao loạn, nhiễu nhương, bó tay nhìn con Tạo xoay vần mà ngậm ngùi thân thế, là hình ảnh của một Tạ Ký trong tập *Sầu Ở Lại*:

Những rạn nứt đã hằn trên trán nhỏ

Và uất hận vạch trời nhưng chẳng tỏ
Rồi cô đơn như một kẻ chăn cừu
Đứng trên đồi nhìn tinh tú luân lưu.

Bốn lăm, bốn lăm
những kẻ đã chết, những kẻ đang nằm
Chúng ta làm được gì
Thuyền con trong gió chướng

45 hay 75, có khác gì nhau không? *Chúng ta làm được gì, thuyền con trong gió chướng!* Hình ảnh kẻ ưu thời mẫn thế ấy của Tuý Hà vẫn bàng bạc trong Cát Bụi Lưu Vong. Hình ảnh ấy đã từ lâu rất thân quen, gần gũi với chúng ta. Thế nên khi đọc Cát Bụi Lưu Vong tôi đã ngạc nhiên khi nhìn thấy thêm một khuôn mặt khác của Tuý Hà, khuôn mặt của một khách đa tình, của một kẻ cũng mê say nhan sắc, cũng nhỏ lệ chết lên chết xuống nhiều lần vì các giai nhân như quý vị và tôi. Và ngày hôm nay tôi xin phép mời quý vị cùng tôi thu hẹp tầm nhìn quanh cái khía cạnh mới nhìn ra ấy. Khía cạnh *thơ tình* trong tập thơ *Cát Bụi Lưu Vong*.

Thưa quý vị: *Mùa thu tàn nhẫn từ đôi mắt. Mùi hương sát nhân tự ngón tay*

Đàn bà thật quái ác. Cứ làm đàn ông chúng ta phải lòng họ, yêu mê họ. Rồi bỏ chúng ta đi lấy một người khác, một người mà họ không yêu. Đến cứ là phải chết vì họ.

Mời nghe mấy câu thơ của Tuý Hà:

Người đi có thật đang vui
Như ngày thiếu nữ vu qui theo chồng

Kèn đưa rượu tiễn pháo hồng
Có làm khô lệ mát lòng tân nương.
Hay là còn chút vấn vương
Cho người ở lại gánh đau thương đời
Hỏi là hỏi thử thế thôi
Sổ lồng chim sáo bạc vôi lâu rồi.

Nghĩa là Tuý Hà đã thất tình. Đã băn khoăn, trằn trọc tự hỏi *người đi có thật vui không, có vấn vương gì mối tình thơ dại ngày ấy không.* Rồi xót xa tự trả lời *con chim sáo ấy đã bay khỏi đời mình.*

Để từ đấy:

dường như sóng dậy trùng khơi
trong ta từ thuở người bơi ngược dòng
...
dường như có tiếng thở dài
trên từng trang giấy vàng phai tháng ngày
...
cho dù không gió chiều nay
mà sao tóc rối, quắt quay nhớ người.

Nhớ quay quắt đến độ tóc nó cũng rối mắt hết thấy đường. Yêu đến độ mà đến chết vẫn yêu. Mà lại vẫn giữ được cái óc pha trò khôi hài:

Yêu gì đến chết vẫn yêu
Nói ra như thể muối tiêu thêm gừng

Muối tiêu thêm gừng? Nghe như đùa giỡn. Mà cay đắng. Mà *gừng cay muối mặn sao đành quên nhau.* Thật vừa muốn cười vừa muốn khóc.

Tôi không thân đủ với Tuý Hà để biết sinh hoạt đời thường của anh ra sao. Nhưng tôi cũng đã có dịp nhìn thấy tủ sách đồ sộ ở nhà anh. Con mắt mục quán quần thư của anh lấp lánh sáng trong thơ anh, qua những điển tích, trong những câu chữ Nho mà anh khéo dùng, tạo cho những câu thơ cổ một ánh nét mới, trẻ trung hơn:

Tình người là thực hay mơ
Cớ gì nhện mãi giăng tơ miệt mài
Ta là hình chữ trời trồng
Người là bóng chữ còn trông phương nào.
Ý thường sắc bất ba đào
Vũ vô kiềm tỏa, anh hào sa chân.

Lục bát của Tuý Hà vì thế cũ mà mới, lạ mà quen:

dường như đã rụng cánh hoa
người cài trên ngọn kim thoa thuở nào

Cánh hoa cài trên ngọn kim thoa ấy là hoa gì, tôi tự hỏi? Người ta cài hoa trên tóc, ai lại cài hoa trên ngọn kim thoa bao giờ! Hay đó là cánh hoa chạm khắc trên chiếc trâm vàng. Chao ôi, cánh hoa bằng vàng mà còn rơi rụng thì làm gì mà đôi ta chẳng mất nhau! Lâu lắm rồi tôi mới nghe lại trong thơ hai chữ *kim thoa*. Như vọng lại từ xa xôi tiền kiếp. Mà ngậm ngùi nhớ đến chàng Kim của em Thuý, mà cao hứng mượn lời cụ Tiên Điền viết tặng Tuý Hà thi sĩ hai câu lục bát: *Thoa vàng gãy cánh hư không, Còn đâu hiệp phố mà mong châu về.*

Tôi rất thích những câu thơ lục bát của Tuý Hà, xin mời nghe thêm mấy vần nữa:

chỉ là một chút rượu cay
mà sao trái đất ngừng quay hở trời!

Tuý Hà say rượu một cách khác người. Ông Lý Bạch khi say rượu thì té lăn đùng, nhưng ông vẫn một hai bảo là chỉ có cái bóng của ông nó té, chứ ông đâu có té đâu. Còn tôi khi say rượu thì tôi thấy đất trời quay cuồng. Thấy cả hình bóng cũ ngả nghiêng, lảo đảo. Nhưng Tuý Hà khi say thì anh lại thấy trái đất nó đứng lại, nó không quay nữa. Thật lạ lùng, và thú vị. Hay là anh uống rượu không biết say. Hôm nào phải uống rượu tay đôi xem có thật thế không.

Chỉ là, chỉ lạ gần xa
trong gang tấc nhớ đã là chiều hôm.

Hai câu thơ trong bài thơ có tựa đề Gang Tấc. Gang tấc xưa nay vốn là đơn vị đo không gian, khoảnh cách. Cho đến khi ông Phạm Thiên Thư viết hai câu *Dù muôn dặm có bao xa, Mà trong gang tấc đã là thiên thu,* nghĩa là đã mang cái thước đo không gian ra mà sánh với thời gian thì đất trời bỗng hoá ra bốn chiều.

Nay Tuý Hà lại mang cái gang tấc trong trí nhớ ra mà sánh với cái nắng vàng vọt của buổi chiều hôm thì cái bốn chiều ấy nay đã thành năm chiều.

Và từ đó...

làm sao nhặt được xuân thì
từ trong hoài cổ đường thi vật vờ

Là đi tìm cái son trẻ, tươi đẹp của mùa xuân ban sơ giữa chốn muôn cùng vạn cổ. Thơ Tuý Hà như thế có hay không? Quý vị nghĩ thế nào? Riêng tôi, tôi xin mượn lời của Tuý Hà để trả lời câu hỏi ấy:

Hỏi là đã tự trả lời
chữ cuồng ý dại có rời nhau đâu
vẫn là xuôi ngược không đầu

đuôi kia lại nặng nỗi sầu vây quanh

Thơ mà nó xui khiến người đọc phải quyến luyến nó, phải vấn vương thăm hỏi nó, hỏi xem quê quán nó ở đâu, mộng đầu nó ra sao, ước vọng nó thế nào, thơ mà khiến người đọc phải đem nỗi lòng của riêng mình ra mà giãi bày, trao lời đổi ý với nó, ân cần trò chuyện với nó, thì theo tôi thơ ấy có thể gửi vào thiên cổ. Trong ý nghĩ ấy, tôi xin chúc mừng Tuý Hà đang có thêm nhiều người bạn tâm tình với anh. Tôi là một.

Houston, mùa Thu
Tô Thẩm Huy

Lời mở từ Valentine

Tuổi tình yêu cung bảo bình
Lên chùa công quả cầu tình vọng duyên
Từ bi ngã phật tịnh thiền
Cho bình đầy nước cho tình thăng hoa
Ngọc ngà da thịt mượt mà
Còn vây lụa trắng ướt tà mây mưa

Valentine lễ dư thừa
Vì ta luôn nhớ ngày xưa yêu người
Dẫu nay trôi dạt dòng đời
Vẫn còn giữ mãi mộng vời dấu yêu
Trăm con nước tình muôn chiều
Muôn chiều dậy sóng một chiều nhớ thương

Lễ tình yêu hoa bốn phương
Phương ta trống lạnh đời thường lẻ loi
Dấu yêu nói chẳng hết lời
Nhưng sao đời vẫn tơi bời gió mưa
Thì ra lễ tình yêu xưa
Nhắc người phải biết nhớ người trăm năm.

Ngày nhớ tháng buồn
Đêm chông chênh

Giữa đời giông bão mông mênh* (dtt)
Ngày sinh tháng đẻ buồn tênh riêng mình
Còn đâu hương lửa ba sinh
Thân nhân kề cận chí tình bên nhau

Người xa cố xứ lòng đau
Nhức theo xương cốt bên cầu tử sinh
Ngậm ngùi hai chữ bóng hình
Hóa thân đơn lẻ hụt tình trăm năm

Đời giông bão vết lăn trầm
Thời gian dao cắt nát bầm thanh xuân
Còn đây tàn tạ nhục thân
Ly hương biệt xứ người gần hóa xa

Người là người của người ta
Còn ta, ta của sơn hà từ ly
Ngày sinh tháng đẻ hạn kỳ
Chiều qua cầu gió ai ghi sổ đời.

Vì đời cõi tạm rong chơi
Tử quy sanh ký một hơi thở buồn
Xin đừng nhắc ngày lâm bồn
Sẽ nghe tiếng khóc nhiều hơn tiếng cười.

Ngày sinh, chiều xuống nghiêng đời
Bằng lòng hai chữ cuộc chơi đã tàn.

Nguyệt

Trăng thu già nhưng ngọc ngà thu vẫn trẻ
Lá vàng chưa rơi
Cành nhánh đã xanh xao
Bên giáo đường hành lang quạnh quẽ
Gió nào đưa những chiếc lá bay sang
Rơi khô khốc trên nền đá lạnh
Úp mặt sầu như thầm lặng cầu kinh
Mùa thu nào chẳng vàng sắc nhớ
Dù phía nào của hai hướng đông đoài
Hoa cúc xưa đã vàng lên mấy độ
Gục bên đường hứng gió liu riu
Gió bất cập
Thổi qua đời mênh mang thu ảo
Buồn hiu
Những giọt mưa thu chưa về kịp tối
Sao gõ nhịp buồn theo từng bước lao đao

Thu hữu ý hay vô tình ai biết
Chuyện đời thường khó đoán xưa nay
Có rồi không
Cùng trời cuối đất
Ta vẫn thả hồn trôi như mây.
Thu đã già nhưng ngọc ngà thu vẫn trẻ
Dẫu cho là thu ảo của riêng ta.
Lời cám ơn thu gởi về miền quá khứ
Ân tình thu giữ mãi dẫu nguyệt tà.

Quán gió

Đêm Thu quạnh
bên đường quán gió
cô chủ buồn mắt ướt mờ trông
ôi! Lữ khách năm xưa về đâu tá
cho mùa Thu ngà ngọc thủy trầm
ai vọng nguyệt để chờ yêu dấu cũ
ai một mình độc ẩm chén lao đao
gió thổi thốc qua vách phên liếp hẹp
mắt ngà Thu vẫn biền biệt phương nào
ngọn đèn bão rung lên như đồng thiếp
trong hôn mê le lói gọi thu về

gió len lén lòn qua từng ngăn nhớ
nhưng nhức buồn theo
bóng ngã nhào.

Đêm Thu quạnh
nhịp đời xào xạc
căng mắt vô hồn cô chủ cũng xốn xang

ta khách trọ lỡ đường lạc ngõ
mượn bàn tre thêm ghế thay giường
đêm lắng đọng
thoảng mùi hương hoa bưởi
khách nao nao chợt nhớ quê nhà.

Nhớ nhánh sông xa

Ngã ba sông Cái Ngang nước nhảy
Trăng lung linh giỡn sóng cuộn mình
Thuyền hoa Mắm chở vàng ánh nguyệt
Chở cả hương quê dào dạt ý tình

Cô chủ quán trên bến buồn mắt ướt
Dưới đường sông cô lái lỡ nhịp chèo
Dịu dàng vời trông cô giáo làng rất trẻ
Cùng vẫy tay chào lữ khách sang sông

Ta khách lạ
Giữa đời rất lạ
Nhưng vẫn yêu sông nước Năm căn
Và vẫn nhớ quán nghèo hào sảng
Mắt ướt mùa thu mấy độ vàng.
Vẫn riêng nhớ cô giáo làng nhỏ nhẹ
Tiễn người vượt biển ngược thu phong

Ta khách qua sông
Không nói lời hò hẹn
Như kinh kha thuở ấy sang tần
Vì biết nói gì, nói gì thêm nữa
Những em tôi thương gởi nụ hôn thầm

Cô giáo xưa ơi!
Cô hiền như Thánh nữ
Nước mắt ngà giọt giọt lưu ly
Cô giáo khóc hay mưa trên sông lạnh
Đưa ta hàn sĩ lúc sang sông.

Cô chủ quán buồn lên mắt ướt
Cô lái đò thờ thẫn đợi khách về
Cô giáo trẻ tiễn người ứa lệ
Ta khách thất thời biết về đâu
Về đâu giữa đổi thay dâu biển
Ngã ba sông miền cuối việt buồn trông.
Và đời ta mênh mông thu ảo
Biết làm sao khi vẫn mãi phiêu bồng.

Thôi đành hẹn mai qua cầu sinh tử
Ai theo ta thì như đã theo chồng.
Người ở lại cứ vui cùng thu ảo
Chiêu hồn ta về với nguyệt tròn.

Thu Đông phương

Sáng thức dậy
Bên thềm hoang hiu hắt gió
Dường như Thu len lén bước chân về
Con mèo con mắt xanh ái ngại
Ly trà đen đã nguội qua đêm
Xe quá khứ vô hình xuôi đường cũ
Đã mấy Thu rồi nguyệt về đâu

Trong nỗi nhớ miên man còn hiển thị
Trời xanh xao và mắt ướt thu huyền
Một sáng ân tình
Một chiều đã mất
Gom tàn Thu
Đốt lửa sưởi hoang vu
Vẫn biền biệt bóng hình đông phương ấy
Đã mất rồi mất cả mùi hương
Hoa bưởi hoa cam thơm lừng mùa nước nhảy
Theo Thu mưa rơi xóa dấu chân người

Sáng thức dậy
Lại châm ly trà nóng
Trời sắt se lành lạnh sương thu
Tự dưng nghe nóng ran lồng ngực
Từ nỗi nhớ người đã xa vắng biệt mù
Tờ lịch rơi mùa trung Thu tháng chín
Những cuối năm đời chưa có chỗ dung thân
Ngày nối ngày lang thang cùng khắp
Vẫn lăn trầm cho đến tận hôm nay

Hôm nay chiều tắt
Đời đã cạn
Nghe thu về với rờn rợn cuồng mê
Người vui Thu cùng trăng tròn mở hội
Ta cùng Thu khiêu vũ điệu chiêu hồn.

Ta gọi ta dù vẫn còn đang sống
Mau nhập hồn đã chết với Thu đi.

Bến chờ
Tặng ĐiệpMỹLinh

Từ anh theo sóng ngàn khơi
Em trên bến đợi lệ rơi giọt buồn
Dõi trông theo bóng hoàng hôn
Còn xanh màu tóc nụ hôn chưa tròn

Biết là nợ nước tình non
Hải hồ giang thủy vẫn còn tơ duyên
Anh nhớ không lời thề nguyền
Từ xanh xưa cũ tóc huyền điểm sương

Nay anh theo gió muôn phương
Biết còn giữ được luyến thương cung đàn
Nắng biển khơi gió mây ngàn
Ngập tràn thơ nhạc nốt trầm đong đưa

Nhớ anh, nhớ mấy cho vừa
Bạc đầu sóng vỗ gió chưa vừa lòng
Em đâu chuốc lục tô hồng
Niềm riêng giữ trọn tình nồng ái ân.

Khi nào tàn cuộc phong trần
Anh ơi! Nhớ nhé, em còn đợi anh.

Độc ẩm

Rượu như thác đổ về thung
Cuốn đời lỡ vận oằn lưng mê chiều
Thân ta đá dựng xanh rêu
Hồn như úng thủy ngập triền nước reo
Sá gì dốc đứng cheo leo
Hứng đầy mưa rượu vượt đèo chông chênh
Rượu tràn mặt đất mông mênh
Cạn bầu lại thấy buồn tênh mới kỳ
Tương Như, Tư Mã, Tiệm ly
Sáo rơi đàn vỡ từ khi xa người
Rượu mời cạn chén vui chơi
Rượu phạt ngàn chén một hơi thở buồn
Tháng ngày thác đổ mưa tuôn
Trăm năm hồ dễ rượu còn hương quen.

Biên giới

Chưa chạm cửa trời chân còn bước
Tiếc thay địa ngục cũng gọi mời
Trên trời dưới đất ta ở giữa
Biên giới chánh tà rất mong manh

Khi muốn tâm bình lòng lại loạn
Nghiệp duyên tiền kiếp chẳng phân ranh
Ta là ai giữa đời vô định?
Sao chẳng khác gì sương mong manh

Đứng lên sợ gió ngàn thu thổi
Bạt vào quá khứ ngại vị lai
Bởi lẽ biết rồi e ta sẽ
Chẳng còn lưu luyến cõi trần ai

Mà cõi trần ai còn vui quá
Tiếc là thêm được mấy Xuân Thu?
Thì thôi cứ bước vào sương gió
Theo dặm lữ xa giữa bụi mù.

Người về

người về hà nội mùa thu
vàng lên xác lá buồn ru bóng chiều
người về theo gió du phiêu
bước chân vô định lòng nhiều xốn xang
hàng hoa như cũng khẽ khàng
cũng hiu hắt nhớ dịu dàng bóng xưa
người về hà nội không mưa
sao như sũng nước đong đưa đêm ngày
phải chăng vì gió phương tây
nên thu hà nội mùa này không mưa

người về phiến lá khô đưa
rưng rưng nỗi nhớ xa xưa thu tàn.

Đò dọc

Từ ta xa huế dỗi hờn
Vẫn còn riêng nhớ tiếng đờn trên sông
Người ca nữ có còn không
Lả lơi tiếng hát nhặt khoan đôi bờ
Chạnh lòng ly khách bơ vơ
Sóng xô thuyền dạt câu thơ thủy trầm.

Ta về áo mỏng phong trần
Còn nghe sênh phách thả câu mái nhì
Lệ người ca nữ ướt mi
Thêm câu mái đẩy từ ly sao đành
Nghe đời rung nhịp mong manh
Qua bờ Long Thọ nước xanh xưa rồi
Nhớ Kim Luông bến chợ đời
Nhớ cô bán nón bài thơ trăng tròn
Biết ai mất biết ai còn
Có còn nhớ khách theo mòn gót chân.

Ta về Huế đã Thu phân
Vàng xưa còn chút bâng khuâng nguyệt tà
Trăng non chạm ngọn tre già
Thu phong hiu hắt la đà ven sông
Thuyền trôi lơ lửng theo dòng
Hương giang Thu cũ chạnh lòng ly hương

Đò qua bến ghét bến thương
Khói hương Hòn Chén bát nhang Điện bà
Vẫn mình ta khách xa nhà
Bên người ca nữ yên ba sông buồn
Thôi thì dù dại dù khôn
Người ơi! Xích lại gần hơn chút nào

Mai ta bỏ bến tiêu dao
Chung đời gõ nhịp trúc đào thả thơ.
Mai ta tìm lại bến mơ
Quê nhà xưa cũ vẫn chờ hồi hương.

Đường Xưa Biển Cũ

Em từng nói anh làm thơ nhanh quá
Nhanh gì mà bài viết vẫn dở dang
Có những điều còn nhanh hơn thế nữa
Năm chục năm dư mà cứ ngỡ mới đây
Chỉ nghĩ đến thôi là lòng rộn rã
Như tiếng chim ríu rít đầu ngày
Thời gian trôi không hề dừng lại
Sao cứ ngỡ là không có bóng câu.
Từ khung cửa mùa Thu
Của thời mới lớn
Cứ mở toang trong trí nhớ đầy vơi
Cánh chim xưa đã bay xa vời vợi
Vẫn còn nghe tiếng hót đầu hồi
Trên thềm cũ nhà ai lá rụng
Xác hoa rơi tơi tả một phần đời
Anh vẫn nhớ những gốc Bàng,
Hàng cây Hoa phượng đỏ
Những mùa hè qua quá khứ rong chơi
Những ngập ngừng khi gặp em không nói
Được lời yêu như ý nghĩ ban đầu
Vẫn lặng im trong nắng chiều gió lộng
Mặc sóng đời xô dạt về đâu
Em còn đó
Ngời ngời trong trí tưởng
Anh còn đây thương nhớ khôn vơi

Và cứ thế như sông đời đã nghẽn
Không thuận dòng nước chảy về đâu!?
Anh nhớ trường xưa
Em có mơ lớp cũ
Bụi phấn còn bay theo ngọn gió lùa
Ừ! Thì cứ xem như thơ viết vội
Nhưng chứa đầy cả biển nhớ thương
Nói thật đấy! Em ơi thật đấy!
Anh ở xa như sóng nhớ biển chờ
Biển quê ta có bờ em ở đó
Mà một thời vui theo sóng nhảy bờ
Sóng tạt áo em
Vạt khô vạt ướt
Em đâu ngờ là ướt cả đời anh
Cho đến nay đã bao mùa nắng tới.
Anh vẫn ướt nhem như thuở nào
Nên vẫn nhớ em ngời ngời trong trí tưởng
Vẫn còn thương còn nhớ vô cùng.

Hãy nói đi, một lời thôi em nhé
Em cũng vậy mà, phải thế không?

Tưởng

Đêm chợt nghe Chó sủa
Tưởng bước chân người về
Hóa ra là tâm tưởng
Ảo hình trong cơn mê

Giữa trưa nghe Gà gáy
Tưởng Mẹ gọi dùng cơm
Hóa ra là chợt nhớ
Canh hoa Lý quê nhà

Sáng sau vườn Cu gáy
Tưởng tiếng Quốc gọi Hè
Hóa ra là uất vọng
Từ rã nghé tan bè

Nên sáng trưa chiều tối
Vẫn râm ran nỗi buồn
Biệt nhà vong quốc hận
Ta nhìn ta mất hồn

Ôi những ngày xưa cũ
Thanh bình như khói bay.

Thu Qua Rừng Phong
(riêng nhớ Công Tử Hà Đông Hoàng Hải Thủy)

Hoàng của Giang ơi!
Hoàng của Giang
Rừng phong Thu cũ nắng úa tàn
Trên đồi gió hú chim lẻ bạn
Thê thiết gọi nhau tận quan san
Vẫn biết nhân sinh là cõi tạm
Nhưng vẫn yêu màu lá Thu sang
Người đi theo nắng rơi vàng lạnh
Hiu hắt vì ai có biết không
Rừng phong thay lá đời cũng rụng
Bánh xe lãng tử lạc về đâu
Hà Đông áo lụa kiêu sa cũ
Cũng nhạt màu vì thương nhớ nhau
Mùa đông gió tới mưa lạnh tới
Sao chẳng bên nhau đến ngàn sau
Đã qua bao ải gian nan hận
Đã lắm khóc cười vì bể dâu
Những tưởng sẽ chung đường tình tận
Dẫu tuyết sương pha bạc mái đầu
Ai ngờ gió ngược chiều oan khốc
Hoàng đi vội quá. Đi về đâu
Có phải lên đường tìm Alice
Níu áo đề thơ thuở chung đường
Có phải nối thêm đời chữ nghĩa
Cho tròn tính ý thuở còn nhau

Giống như Hoàng thị ngày xưa ấy
Theo người ta bất kể non cao
Sắc lụy tài nhân từ tự cổ
Đã cùng chăn chiếu một cuộc chơi

Người trước kẻ sau đều đi vội
Còn lại chỗ ngồi nay trống không
Ai qua lối cũ miền Đông bắc
Đất trích cờ hoa nhớ rừng phong
Đã từng có lão ngoan đồng ở
Vui với tình già một lòng son.

Hoàng của Giang ơi! Hoàng của Giang
Chính là Alice một dung nhan
Đưa người hôm trước hôm sau tận
Bánh xe lãng tử biệt trần gian.

Ngẫm nhớ người xưa
Hoa cũng héo
Nến tàn nhang tạ một nén đưa
Thôi hãy về miền vô ưu ấy
Nối đời chữ nghĩa với gió mây.

Ở đây Thu cũ rừng phong nhớ
Vết chân lãng tử vẫn còn đầy.
Chiếc nón ngả màu trên bàn lạnh
Ly cà phê nóng đã nguội rồi
Điếu thuốc lụi tàn không hương khói
Chỗ ngồi xưa cũ đã vắng tanh
Bản thảo sang trang chưa viết trọn
Công Tử Hà Đông đi về đâu.
Hoàng xưa **Hải Thủy** vô cùng tận
Nhạt nhòa hư ảo một bóng hình.

Thôi đành tiễn bạn vui đường mới
Tình chữ còn đây chất ngất sầu.

Mùa Xuân Hoa Lạc Bóng Già

Lại là xuân đến rồi sao
nửa đời lưu xứ chiêm bao lạc loài
biết xuân nhan sắc không phai
lạc đường xuân đã vườn ai ghé vào.
Riêng vườn tôi vẫn không rào
hoang vu lạnh buốt xuân nào nhớ tôi.

Quanh đây lá vẫn rụng rơi
làm sao ngăn được chia phôi đời này.
lại là xuân đến hoa say
tình theo cánh bướm gió bay không lời
hỡi ơi! ngọn gió giỡn chơi
mãi theo nắng quái hong phơi tuổi người
quanh đi nghĩ lại khóc cười
thời gian không đợi tuổi đời nhân thêm.
lại là xuân đến bên thềm
rêu xanh, ngõ vắng bóng đêm cận kề
vậy mà xuân vẫn không chê
vậy mà xuân vẫn đi về có nhau
cám ơn nắng quái mưa mau
cho ta cảm được nỗi đau tuổi già.
cám ơn Xuân đến cùng ta
gây men mật ngọt, hương hoa, rượu đầy
tiệc Xuân, thương quá ai bày
mặc tình ta cứ mê say đời này.

Cho dù như hơi rượu bay
liêu trai cổ mộng cũng quay quắt đời.
ngoài kia hoa tuyết lại rơi
mùa Xuân lạ quá khách chơi đã già.

Xuân thời

Đừng ém mùa xuân tôi
Vào những tờ lịch cũ
Chữ số đã xa xôi
Rối bời đời cùng khổ

Đừng bắt mùa xuân tôi
Nhốt vào tù lao khổ
Giữa đời sống đãi bôi
Không lời còn thêm lỗ

Đừng mang mùa xuân tôi
Ra chợ trời rao bán
Vì xuân tươi ngoài vỏ
Lòng ruột héo gan bầm

Đừng gởi mùa Xuân tôi
Vào Thu tàn Đông lạnh
Giữa trăm đường lầy lội
Tôi sẽ ngã không đành

Đừng chôn mùa Xuân tôi
Vào thiên thu cổ mộ
Vì đất màu hoàng thổ
Đã trong tôi ngàn đời

Đừng, xin đừng vội nhé
Quên mùa Xuân của tôi
Xuân một thời còn trẻ
Đang dần trôi xa xôi

Nếu thật tình – thật nhé
Xin giữ hộ giùm tôi
Trong lâu đài kỷ niệm
Cho Xuân thắm dâng đời

Lời cám ơn Xuân mới
Khó nói ra thành lời
Vì sống còn có nghĩa
Đi dần đến tàn hơi.

Trên Dòng Sông Chảy

Suốt đời tôi dư mưa thiếu nắng
mưa dài lâu ướt đẫm hanh vàng
giọt nắng ngoài song rơi theo nỗi nhớ
tóc đã pha sương như sóng bạc đầu
sông đời tôi
một chiều chảy ngược
con đò xuôi đâu có bến chờ
dẫu cánh buồm xưa một thời no gió
theo dòng đời tơi tả, gãy mái chèo

Trời có nắng mưa
sông nước ròng nước lớn
sóng lòng tôi vật vã với triều cương
nào ai biết sông đời luôn muốn lặng
mà bụi hồng gió cuốn vẫn không ngừng
biết về đâu khi chiều tàn xế bóng
những vết thương chia biệt vẫn chưa lành

dù ngăn nhớ vẫn chất đầy hy vọng
hy vọng nào tròn giữa phong ba
hy vọng nào còn giữa điêu ngoa
và xảo trá như lũ tràn mọi phía
nước rút đi chỉ còn lại đất bùn
những hy vọng thơm
như má hồng thiếu nữ
cũng bạc màu nhạt sắc tàn hương.
đã nguyện ẩn mình nương nhờ am tự
nhưng cửa thiền môn đã khép lâu rồi

Và dòng đời vẫn trôi như sông chảy
chỉ sông tôi luôn ngược sóng nhớ bờ
và hồn tôi giữa muôn chiều xơ xác
vẫn hôn mê trong nỗi nhớ thương người.

Nguyệt thu

Tháng chín chờ thu ai ngờ bão đến
mưa gió theo chân, nước ngập đường
người miên man ngồi bên hiên lạnh
câu thơ tình đẫm ướt trời thu
không viết trọn lời chào thu nhớ
ai chờ ai trăng vẫn miên du
chiều tối đen lòng ta sũng nước
người bên kia có thấy thu về
người bên kia có nghe thu hát
tiễn lá vàng theo gió phiêu du

thu là mùa của tình yêu tưởng nhớ
của chia xa mong một lần về
của tư tình gởi trăng đón gió
của người say vẫn thèm nữ nhi hồng*
chén rượu ngàn xưa
ngàn sau vẫn vậy
vẫn hương nồng ngây ngất trời mây

ta nhớ người
như thu nhớ gió
có tà áo bay theo phiến lá ngập ngừng
tiếc không phải là người xưa lý bạch*
nên khó lòng níu áo đề thơ
chỉ biết thẫn thờ
từ thu dạo ấy
nhớ người miên man nhớ cả con đường
nhớ hương quỳnh lan qua đêm còn đọng
trên phiến lá buồn tiếc một đời hoa

ta nhớ nguyệt thu hay mùa thu cũng thế
một lần gọi tên là động suốt miên trường
mộng ước phù du
như vàng thu lá rụng
thu đi rồi còn vết cắt di truyền
từ ngàn xưa hay ngàn sau cũng thế
mùa thu thường gợi nhớ những chia ly

thu hỡi thu
ta vẫn yêu biết mấy
dẫu đoạn trường từ thuở thu đi
dẫu rượu cạn ân tình theo mắt biếc
sao cơn say vẫn ngầy ngật khôn nguôi
sao vẫn nhớ, thu ơi! vẫn nhớ
chiếu chăn còn mà người biệt tăm xa
ta vẫn biết người đi không trở lại
nhưng thu đi thu đến thường tình
như trăng thu khuyết tròn mấy độ
vẫn còn nguyên trong huyệt mộ thu
nên ta vẫn
vẫn chờ thu bất hối
dẫu biết người đi chẳng trở về.

bên hiên lạnh như hiên đời ta lạnh
nhớ vô cùng nhớ quá nguyệt thu ơi!

Ngày sinh
Riêng Nnhung

Ngày mười tháng sáu người ơi!
Như bông hoa nở cho đời thêm hương
Người là nam bộ tha phương
Hay bắc kỳ nhỏ lạc đường trần ai
Gian nan qua mấy ải dài
Bao ong bướm lượn cũng hoài cố hương
Ngày xưa hoa nắng còn vương
Bây giờ xứ lạ miên trường nhớ nhau

Đất trời hoa gấm mà sao
Sao ta lại nhớ xôn xao thế này
Người là hương hoa sen bay
Còn ta hơi rượu ngất ngây ý tình
Ngày mười tháng sáu riêng mình
Trong ngăn nhớ vẫn bóng hình chưa vơi.

Mặc ai chúc phúc cho người
Riêng ta xin chúc nụ cười còn nguyên.

Thu nhật

Bài thơ viết giữa mùa Thu
Từng con chữ lạnh biệt mù lặng trôi
Ý tình phấn thổ khó bồi
Rã rời hồn nước nổi trôi khó lường
Đời lưu vong vái tứ phương
Chỉ xin hai chữ yêu thương cõi người

Vàng Thu ước vọng rụng rơi
Tình phơi xác lá cuộc chơi lụi tàn
Chỉ còn chút nghĩa tro than
Khắc lên bia mộ nhớ thân phận người
Nụ cười nước mắt một thời
Cũng là cát bụi giữa đời điêu ngoa.

Bốn mùa

Cám ơn em mùa Thu
Lá còn xanh lục diệp
Cám ơn em tình cũ
Vẫn còn níu cành khô

Cám ơn em mùa Đông
Đang vấn vương giọt nắng
Bên đời cây bất động
Tuyết trắng đường lạnh tanh

Cám ơn em mùa Xuân
Những chồi non lại nở
Hoa vươn cánh khoe màu
Giữa đời thường rực rỡ

Cám ơn em mùa Hạ
Nắng chan hòa hoan ca
Bên đời anh đã héo
Tình còn không phôi pha

@
Cám ơn anh mùa Xuân
Giữa lung linh vạt nắng
Như hoa nở muôn màu
Bên đời em mật đắng

Cám ơn anh mùa Hạ
Phượng đỏ thắm hồn em
Tuổi hồn nhiên không lạ
Tình yêu đến nhẹ êm

Cám ơn anh mùa Thu
Mây lạc đường phiêu lãng
Hoa Cúc trong sương mù
vàng lên thời quá vãng

Cám ơn anh mùa Đông
Bồng bềnh hoa tuyết trắng
Người như khách sang sông
Vẫn nhớ đò bến vắng

@
Cám ơn em bốn mùa
Cám ơn anh đường mật
Tình chữ và nghĩa yêu
Giữa đời luôn có thật

Cám ơn em phấn hoa
Bên đời anh xác lá
Cám ơn anh tình cây
Bên đời em gió ngả

Thiên nhiên có bốn mùa
Đầy ước mơ tuyệt vọng
Ta gom lại một mùa
Ngàn năm dư ý sống.

Xin cám ơn cuộc đời
Một lần là tất cả.
Riêng cho anh và em
Bốn mùa xanh biếc lá.

Đọc Ké Mẩu Thơ Chợt Nghĩ Thầm

Sao chỉ tìm riêng cho mình hạnh phúc
Mà không chia cho những bến bờ chờ
Nhà không khóa như gió lùa ngõ trúc
Khách vãng lai là bằng hữu trong mơ

Những mẩu thư viết vội cuối chiều
Gài lên cửa, đợi người về sẽ đọc*

Nhưng ai viết và những ai sẽ đọc
Khi tương giao hữu cảm rất vô thường
May ra chỉ còn tình người chân thật
Chưa bị xoáy mòn vì những nhiễu nhương

Và vì vậy bạn tình hay bạn hữu
Giá trị ngắn dài tùy những khúc quanh
Mà bạn ta ơi! Đường đời trăm lối
Rẽ lối nào cho cho được chính danh

Thôi cứ thử khi đường xa thất chí
Hãy nhớ về **bến cũ** bạn ngay lành…
Hạnh phúc vốn quanh ta gần lắm
Tìm ở đâu xa cho lãng phí xuân xanh…

Bạn ta ơi! Lá diêu bông mộng ảo
Dành cho người mê muội hội phù hoa…

*chữ in nghiêng là thơ Thụy Anh

Văn Miếu

Ta về thăm lại căn nhà cũ
đã nửa đời qua chứ ít gì
nay đã gối đầu hai thế kỷ
nhớ những văn nhân đã vãng lai
mỗi một đời văn là miếu mạo
đình đền thờ chữ tự ngàn xưa
có người bước ra từ câu đối
có người sinh rớt giữa ca dao
tất cả cũng là đại nam văn hiến
tàng thư, kinh các thạch bia còn.

Ơi! Những đời văn - gần xa kim cổ
bắc thuộc ngàn năm chữ vẫn sinh sôi
luân lưu dòng chảy
hán nôm tấu khúc đại nam ta
hán nôm chữ cổ xưa người viết
gạn lọc tinh hoa hóa chữ nhà
mỗi câu thêm chữ là đổi ý
lọc chữ thành câu vững sơn hà.
người còn trong nước hay ngoài nước
đi đâu cũng nhớ chữ Việt mình
ngày tháng phôi pha tình không nhạt
nghĩa nước ơn non vẫn nguyên trinh

Ta về thăm lại văn miếu cũ
vẫn chẳng khác gì thanh sử ghi
văn môn vẫn có người lai vãng
bia đá lưng rùa vẫn trơ gan
chỉ khác mắt người như vô cảm
u - ẩn điều gì khó nói ra
như lạnh giữa ngày xuân nắng ấm
khách viễn phương xa cũng chạnh lòng.

Chia tay văn miếu lòng tự hỏi
khi nào xuân mới lễ hội vui.

Bên Trời Tây

Miền Tây nước Mỹ em ơi
Không như phim ảnh một thời mình xem
Trong rạp chiếu, tối không đèn
Nụ hôn đầu ấy có còn nhớ không?

Bây giờ anh mây phiêu bồng
Tạm dung đất nóng tình nồng viễn tây
Nón rộng vành thay bóng cây
Thêm đôi ủng đạp cỏ cây xứ người

Ngông nghênh lạ hoắc giữa đời
Qua bao ngày tháng mộng vời hụt hơi
Vẫn là tay trắng bên trời
Viễn phương xứ lạ nhớ hoài cố hương.

Thân tây phương lòng đông phương
Bởi vì anh vẫn miên trường nhớ em.
Nhớ không quên rạp tắt đèn
Nụ hôn non dại trao em vụng về.

Trời tây ngang dọc sơn khê
Biết khi nào lại thăm quê hương nhà
Làm sao môi má thiết tha
Giữa làn hương cũ như là ngày xưa
Em ơi nỗi nhớ chưa vừa
Xa nhau vạn dặm gió đưa tình gần.

Rong Bút Thơ

Không thể ngồi yên đếm nợ đời
đành về rong bút thả dòng trôi
chuyện tử sinh mặc trời cao rộng
vẫn du tình vờn mộng từng đêm
một ngày xa là một ngày chết cứng
anh nhớ em như thú nhớ rừng
biết có kịp ghi lời di chúc
và không em ai nhỏ lệ giùm

uất ngày đêm. cách chia xa lắc
thương nhớ hai đầu giữa trống không.
thôi thì ghi lại lời tự thú
đã lỡ yêu em vẫn yêu thêm
ai có dọa yêu là chấm hết
anh vẫn vì yêu chấp nhận thôi
sống không tình khác gì đã chết
thà được chôn chung với diễm tình.
dẫu tình là thủy tinh
lung linh dễ vỡ
vẫn còn hơn trơ hồn đá trăm năm.

đã đi suốt nửa đời lận đận
vẫn cưu mang hai chữ trữ tình
dẫu khánh kiệt nửa đời sau còn lại
vẫn không hề hối tiếc những phôi phai
vẫn giữ lại những mối tình đã lạc
dấu còn in trong ngăn nhớ dịu dàng

sống đời người không tình như đã chết
thì làm sao biết được chữ tình si
thì làm sao biết non cao biển rộng
sẽ thương mây khóc gió tận thiên thu.
Lời rong bút như tạ tình đã lỡ
gởi những người đã lạc đời nhau.

Mẹ
năm xưa mừng Mẹ tám mươi
bây giờ Mẹ vẫn tươi như sen hồng
vẫn nghĩ đời sẽ trống không
nếu không có mẹ ủ nồng hương thơm
Mẹ ơi! Sen mãi không tàn
Mẹ ơi! Tình mẹ chẳng mòn trong con
còn trời đất còn nước non
mẹ còn, còn cả màu son quê mình
mẹ là ánh sáng lung linh
soi đời con mãi bình minh tươi màu.

đào hoa
qua đông cây cỏ xác xơ
chỉ còn cành nhánh đào trơ thân gầy
sắc màu nhạt theo gió bay
dường như lưu luyến những ngày tàn đông
tạ ơn trời lại nắng hồng
và hoa sẽ nở giữa lòng thế nhân.

tình cờ
chiều qua trường luật bâng khuâng
tự dưng lại nhớ góc đường Duy Tân
nhớ cây xanh biếc bần thần
sân ngơ ngẩn gọi lặng thầm tên ai

nhớ câu thơ cổ chưa phai
Hàng Me thiếu gió chờ hoài chết trân.

tiếc
Tiếc gì một nụ hôn thầm
màu son đã nhạt má hồng kém tươi
tiếc gì một chút mỉm cười
đã là u ẩn từ người xa ta
tiếc gì một vài âm ba
đàn rung gió thoảng đã là đứt dây.

đưa tiễn
đưa người cứ mãi đưa người
màu đen tang chế sắc đời kém vui
đưa người một dặm ngậm ngùi
mai ai đưa tiễn ngày vui sắp tàn.

Chờ
xếp hàng vẫn đang xếp hàng
chuyến tàu miên viễn thiên đường là đâu
hay là về bến vực sâu
tim đèn đã lụn tinh dầu bốc hơi

nhớ
ngày xưa áo trắng rong chơi
bây giờ áo đỏ phượng rơi phương nào
ngày tháng qua lắm tiêu hao
tỉnh say trở giấc theo màu hoa bay
ngày xưa áo trắng như mây
bây giờ áo đỏ có hay phận mình
qua cầu ván mục rung rinh
màu hoa nhỏ máu ân tình nhạt phai

sợi khói
Vẫn còn điếu thuốc giỡn chơi
để thêm chút khói quyện đời thế thôi
khói từ lửa thuốc từ tôi
ừ thì như thể chia đôi bóng hình
bóng không hình như khói trôi
vào vùng quên lãng giữa hư hao đời
hình không bóng như mây trôi
dật dờ gió lộng đôi bờ quạnh hiu

Như người vẫn bất cần đời…

tin nhắn
sài gòn trời chợt đổ mưa
ướt lưng nhiệt đới ngày xưa quê nhà
bên này, trà mới chưa pha
cà phê đã nguội từ xa xanh nào
mưa xa mơ nắng vàng cao
rớt vào nỗi nhớ xôn xao sài gòn
nhớ nhau vo lại cho tròn
lòng ta bên ấy tình còn bên đây.

Sông trôi

đời ta như dòng sông
đã qua nhiều nhánh rẽ
lòng ta luôn dao động
giữa đất trời hôn mê

dòng sông đời vẫn trôi
qua thác ghềnh nghiệt ngã
dòng sông đời rệu rã
giữa trăm nhánh phù hư

muốn nhiều không nói được
mảnh từ tâm nát nhừ
tiếc là không quên được
biển đêm và sóng gào

chữ chờ nhau đáo hạn
biết về đâu ngày sau...
đời sông ta sao vẫn
ngược sóng đời tìm nhau.

Trên Dòng Nước Đục

Đời tôi như nhánh sông con
trôi ra biển lớn sóng dồn dập đưa
Bến bờ xa trời gió mưa
Thân du tử vẫn đong đưa với đời
Trải lòng theo phiến lá rơi
Trùng trùng bi uất thế thời trái ngang
Xuống đông, đông bão, bàng hoàng
Lên đoài, đoài gió, triều cương nộ cuồng
Dẫu lòng ta như cánh buồm
Một thời no gió một thời rách bươm
Chung thân bạn với nỗi buồn
Về đâu cũng chỉ hai mùa thu đông
Khác gì phiến lá ngô đồng
Thèm hơi nắng ấm giữa ngàn sóng khơi
Hỡi ơi! Đã mãn cuộc chơi
Mà sao lòng vẫn mộng vời bến xưa
Đời ta như nhánh sông mưa
Ngược dòng nước đục sóng đưa lạc nguồn.

Đời Chữ Cũng Đau

Ở đây mưa nắng dật dờ
là quê hương tạm là hư ảo mờ
làm gì đẹp như trong thơ
vì lời chân thật là hơi thở buồn
van ai giải mộng ru hồn
đừng làm con chữ dỗi hờn lòng nhau
làm sao phân biệt trước sau
bên trời viễn xứ vàng thau khác gì
chợt nghe một khúc đường thi
ngỡ như rượu đắng tràn ly hững hờ
thơ không niêm luật phất phơ
tai trâu đàn gảy giữa ngơ ngác đời
thơ là ý chữ của người
là hồn nước tụ giữa trời mênh mông
thơ đề trên hoa tiên hồng
sao nghe hồn chữ nhập đồng cốt đau
còn đâu phượng múa rồng chầu
hỡi ơi chữ nghĩa nối sầu thiên thu.

ở đây xuân lạnh mây mù
tuyết bay trong gió trắng từ ảo hư
ở đây trời đất ngất ngư
hỏi ta sao chẳng ưu tư phận mình

Thế thời

Từ ngàn xưa, xưa lắm
Trên bàn cờ đá vô tri
Đã có đời những quân tốt thí
Tốt sang sông tạo thế hưng vong
Và ngàn năm ngàn năm sau nữa
Bàn cờ luôn theo vó ngựa truy phong
Có những dấu chấm than
Sau những đời con chữ
Là cơn mưa nước mắt chẳng cạn dòng
Ân oán sân si tham tài ái dục
Vẫn còn đầy nên thế giới không vui
Lịch sử ngàn trang chất chồng không viết hết
Những đau thương thống khổ của muôn loài
Dùng dấu chấm than tỏ lời ai oán
Được gì.
Trên bàn cờ có quân tốt thí
Trên trang văn có dấu chấm than
Thí Than cộng lại là nghĩa chết
Trên bàn cờ đời rối rắm bất phân
Một nước cờ sai là tiêu thành quách
Một dấu than thừa không chỗ dung thân
Đã có lần ta là tốt thí
Nước tàn vong ta sang sông
May theo sông rộng ra biển lớn
Vẫn còn sợ viết những chấm than

Quân tốt vô tri
Bàn cờ sắp ngửa
Dấu chấm than ngữ nghĩa vẫn không tàn.

Trống vắng

có những chai vang đỏ
trên từng bàn dễ thương
rượu đỏ hơn hoa đỏ
rót cho nhau lẽ thường

có một chai vang đỏ
trên bàn trống không người
có ta như tượng gỗ
ngồi một mình không vui
bàn tay nào chờ đợi
bàn tay nào đưa ra
ra hay vào cũng thế
bàn tay người đã xa

chỉ còn ta tượng gỗ
trên ghế sầu hắt hiu
trên mặt bàn thô mộc
chai vang đã nhạt màu
hương xưa còn thoảng lại
người đi đâu về đâu
chỗ người ngồi còn đó
gió chiều lên mênh mông
chai vang đỏ nhạt màu
hương bay qua niềm nhớ
chiều lên tràn bóng tối
rơi xuống đời lạc nhau.

chỗ người ngồi còn đó
ghế bàn cũng còn đau.

Nhớ Người Bạc Liêu

Vẫn biết người như hoa tàn
Kiêu sa đài các vàng son qua rồi
Sao lòng cứ mãi khôn nguôi
Chập chờn nỗi nhớ giữa chiều chơi vơi
Dẫu người là cánh hoa rơi
Cũng xin gom lại hương đời thoảng qua
Biết người nay của người ta
Từ ngày đò dọc giang hà cách xa
Vậy mà sao vẫn như là
Mới hôm qua nhỉ! Buồn theo bóng chiều
Về đâu ngày đã tịch liêu
Nhớ câu vọng cổ Bạc liêu xa vời.

Trạm chờ

Nơi em đứng trạm chờ xe
Chỗ còn nguyên đó em về nơi đâu
Thời gian vẫn như bóng câu
Anh trong cửa sổ bạc đầu nhớ em
Mỗi ngày qua trạm đã quen
Mà sao vẫn lạ vì em vắng rồi

Mỗi ngày qua trạm bồi hồi
Bóng em còn đó hình trôi phương nào
Thời gian mưa nắng xôn xao
Tóc xanh nay đã nhuốm màu tuyết sương

Mưa buồn rơi ở Đông phương
Mà sao lại ướt đẫm đường Tây phương

Ngày Một Đầu Năm

Sáng ngày một đầu năm
Gió chuyển mùa trở lạnh
Vuông sân nhà cỏ úa
Sũng ướt nước vây quanh

Nắng mai về rất chậm
Rơi từng giọt mong manh
Những bụi hoa héo rũ
Co mình mơ trời xanh

Đầu năm ngày tĩnh lặng
Như vẫn còn ngủ đông
Chim biệt mù trốn tuyết
Theo mây đông phương hồng

Hiên nhà gió thổi thốc
Bình trà thơm nguội dần
Một mình bên ly lạnh
Nhìn nắng rơi bần thần

Trông theo màu cỏ úa
Gió lay cội đào già
Những nụ hoa rơi vội
Lộc non vẫn chưa ra

Sáng ngày một đầu năm
Chắc quê nhà nắng ấm
Thương bếp xuân đỏ lửa
Theo khói chiều lam xa

Đã nhiều năm trời tây
Vương bụi đường lữ thứ
Lòng riêng vẫn như mây
Luôn mơ về quá khứ

Lại một sáng đầu năm
Bên hiên nhà trống vắng
Văng vẳng tiếng nhạc xuân
Vọng về từ quá vãng

Những mùa xuân xanh xa
Hoa không ra nụ mới
Những mùa xuân phôi pha
Nắng hanh vàng chưa tới

Ngày đầu năm xuân mới
Bóng cùng ta ngậm ngùi.

túy

Mái tóc nâu khô
vì sao đẫm nước
là ngọn nguồn
hư thực đến từ đâu
mắt sắc phương tây
thật tình khó hiểu
chỉ có điều thần khoa dáng tôi xiêu
xuống thấp thêm
chút nữa thôi em nhé
dẫu mắt phương đông vần vũ
kéo mây mù

Sài Gòn Chợt Mưa

Sài gòn trời chợt đổ mưa
Ướt lưng nhiệt đới ngày xưa quê nhà
Bên này trà mới chưa pha
Ly cà phê nguội
Đậm đà còn nguyên
Mưa xa trút bỏ ưu phiền
Rơi vào nỗi nhớ sài gòn sáng trưa
Nhớ nhau biết mấy cho vừa
Lòng ta bên ấy tình xưa bên này.

Thơ ướt

Thơ tôi nhiều lắm những chiều
Chiều nào cũng đọng giọt nghiêng ngửa tràn
Gom đầy thành lệ miên man
Ướt hồn tơi tả đẫm trang thơ đời

Đành đem ra nắng hong phơi
Tiếc thay nắng nhạt vàng rơi bóng sầu
Thơ qua những trạm chờ nhau
Hỡi ơi! Bến đợi sông sâu nghẽn dòng

Thơ tôi như sương tuyết đông
Giữa đời lạnh buốt vẫn mong nắng về
Dẫu nắng phai, nhạt ước thề
Trong cơn mê loạn vẫn mê mải chờ

Thơ tôi vần ý ngu ngơ
Nhưng luôn đầy ắp tình thơ thuở nào
Dẫu cho muôn giọt lệ trào
Vẫn xin cứ mãi xôn xao vì người.

Thơ tôi như mái hiên đời
Hình qua bóng lại mặc hơi thở tàn.
Hơi tàn nhưng mộng chưa tan
Ân tình kỷ niệm cưu mang một thời.

Vô Vàn Thương Nhớ

Nhớ thu xưa... có hương đồng cỏ nội
Nhớ hoa tím lục bình trong nắng sớm lao xao...
                                              Kim Chi

Và rất nhớ em trong hoàng hôn gió
Nhớ như tình đã có tự trăm năm
Kể từ ngàn Thu xưa vàng gắn bó
Với rừng phong còn ghi dấu em nằm

Khi Thu đến lá sầu rơi mải miết
Như theo em trong gió bạt ngàn xa
Vẫn hoang mơ trong nỗi sầu ly biệt
Dẫu dấu yêu kia đã sớm nhạt nhòa

Ghế đá công viên chỗ ngồi còn đó
Mà hương quen bay lạc đường rồi
Mỗi lần qua nhớ quê nhà da diết
Nhưng nhớ em vẫn là vạn lần hơn

Em có biết bắc Cali trở lạnh
San Jose chỉ mới chạm cửa Thu
Trời trắng sương bắc phong về gió mạnh
Anh nhớ em nhưng nhức giữa trời mù

Kể cũng lạ nhớ em là nhớ cả
Nhánh sông xa và hoa tím Lục bình
Dẫu màu hoa đã theo bèo trôi dạt
Và hương đồng cỏ nội đã xa mình.

San Jose chiều Thu hiu hắt nhớ
Em đã về đâu bóng có nhớ hình.

Trong Cõi Thực

Không hiểu vì sao tôi lại mơ
Một người chưa lưu luyến bao giờ
Bỗng dưng lừng lững vào trong mộng
Như đã từng yêu đã hẹn hò
Mỹ Nhung

Chỉ là lạc mộng theo đường gió
Một khắc thời gian đứng lại thôi
Khác gì bèo dạt mây trôi mãi
Cũng có ngày vương đợt sóng bồi.

Rồi cũng qua mau giây mộng ảo
Đối diện nhìn lên bầu trời sao
Sẽ thấy Ngân Hà xa vạn tỉ
Vẫn có một sao đứng lẻ loi.

Vẫn có một sao kiên gan đợi
Chờ em vào mộng nhập cuộc chơi
Chỉ tiếc là em chưa hề nhớ
Sao ấy tên là Hôm và Mai.

Em thấy hai sao nhưng đồng điệu
Như hình với bóng một đời thôi
Chỉ mong em sẽ mau nhập cuộc
Để thấy bắt đầu không đơn côi.

Em hãy cứ mơ và mộng mãi
Vì hương ảo ảnh khó phôi phai
Luyến lưu còn đó trong người thật
Cứ dựa vai anh suốt đêm dài.

Có nhau một dặm là muôn dặm
Tình thực hư gì cũng không phai
Hôm Mai là ngôi sao đơn lẻ
Thêm em sẽ hóa một thành hai.

Thôi hãy cứ vui lên em nhé
Tim đơn yêu dấu mặc xôn xao.
Thả rông mộng thực chung mơ ước
Sẽ thấy đời còn vui biết bao.

Công phu

Công phu sáng tối không dừng lại
Có độ niềm riêng bên góc trời
Tiếng kinh như vẳng từ thần thoại
Giọt tình rơi xuống tự thiên thu
Có nhớ gì không đêm biển động
Sóng vỗ đời nhau vọng muôn trùng.

Biển chờ

Cường
Biển vẫn hoài dâng sóng
Vọng nhớ một đêm xưa...
Đã bao lâu rồi nhỉ
Sao sóng còn đong đưa

Bao đêm trăng mờ tỏ
Biển vẫn lặng lơ chờ
Sóng xôn xao nỗi nhớ
Ru tình ta thẫn thờ

Người ơi! Đêm mộng mị
Ngàn đợt sóng lao xao
Gió cuồng như bão tới
Trên dòng đời hư hao

Đã qua bao mùa gió
Sông vẫn miệt mài trôi
Ngàn phương ân tình gọi
Phương này ta lẻ loi

Trong giờ công phu sáng
Đâu khác gì chiều hôm
Vẫn gởi lời kinh nguyện
Cho người xa dấu yêu

Người ơi! Đêm thần thoại
Nụ hôn xưa ngọt ngào
Ân tình xa xôi ấy
Biết ngày sau ra sao.

Từ Lúc Chung Đường
Viết thay Châm Hồ /3-9-19

Nguyễn tộc từ đâu lạc về đây
Vũng tàu đất cũ sóng lên đầy
Bao năm lập nghiệp cơ ngơi đủ
Nắng gió biển xanh vui trời mây

Thiếu nữ vu qui nhà chưa dọn
Theo chồng cho trọn giấc mơ hoa
Phu phụ buồn vui chia một gánh
Gánh con chạy gạo gánh lao đao

Không một lời buồn không rơi lệ
Trải lòng phiêu bạt vẫn cận kề
Nhi nữ thường tình đành gác lại
Chia câu vọng cổ lót đường quê

Thương người lính trẻ thư sinh ấy
Quyết giữ lòng son nghĩa phu thê
Lưng tựa kề vai cùng chia lửa
Đường ra mặt trận chẳng hẹn về

Dâu bể đổi đời chân vững bước
Bóng hình phu phụ mãi gần nhau
Mặc gió mưa đời thân lưu xứ
Tào khang nghĩa trọng đẹp sắc màu

Những tưởng nắng lên sau mưa bão
Vậy mà dông gió lại tìm về
Cứ ngỡ đường đời chung vạn dặm
Ân tình nghĩa trọn đến trăm năm

Nào ngờ em nỡ ngưng nhịp thở
Chồng con gởi lại cõi tạm này
Anh biết em đi là đi thật
Hỡi ơi chăn chiếu vẫn còn đây

Nghĩa trọng tình thâm chưa kịp trả
Mới vui đoàn tụ đã chia xa
Từ nay đơn lẻ thân một bóng
Lưng nào để tựa lúc vào ra

Anh người lính trẻ nay già quá
Em vẫn chưa già như tình ta
Thôi em Tôn nữ dòng nguyễn tộc
Bên kia bờ giác cũng không xa

Thôi nhé hãy vui trong vườn tịnh
Mai này gặp lại cõi vô ưu
Cho anh hôn nhẹ lần sau chót
Lưu lại mùi hương hoa thiên thu.

Rượu đắng nguyên bầu đành cạn nốt
Chiêu hồn Liễu Tịnh thoát bờ mê
Em qua cầu gió đừng quên nhé
Anh vẫn còn đây vẫn vẹn thề.

Mênh Mông Chiều

cuối cùng tờ lịch cũng rơi
ngậm ngùi đưa tiễn bóng thời gian qua
ráng chiều loang nhẹ nắng tà
giật mình thảng thốt… bóng ta ngả nhào

xác xao ngày tháng qua mau
mắt môi một thuở sắc màu nhạt phai
nâng niu kỷ niệm trên tay
rưng rưng giọt đắng trót vay duyên người

cũng từng đau đáu gọi mời
cũng từng đêm trắng khóc cười nhớ quên
chát chua vị nụ hôn mềm
trót rơi rớt lạnh bên thềm xót xa

ừ… thì đã nhuốm phôi pha
xòe tay em đón nỗi đa đoan lòng
tự mình đã biết đục trong
rót tràn ly tiễn mênh mông cuối chiều…

Đời Chữ Đường Văn

Đường đời đã lắm gian nan
Đường văn còn gấp nhiều lần nhân lên
Đêm ngày trăn trở ưu phiền
Nhiễu nhương dâu bể ngả nghiêng bóng hình

Vẫn đơn độc vẫn riêng mình
Ngược dòng sông lạnh sóng tình du phiêu
Đã xa thời những cánh diều
Vươn cao no gió chở nhiều mộng mơ
Nắng chưa lên đã tối mờ
Bên bờ cô tịch thẫn thờ gió lay.
Còn đâu tóc lá me bay
Đã tan mộng ước mê say, rã rời
Về đâu Hoàng thị một thời
Gót chân son đã rong chơi nơi nào
Ở đây gió vẫn xôn xao
Nhớ làn tóc rối hư hao cuộc tình
Ở đây là đêm lặng thinh
Trời muôn sao sáng, sao mình ở đâu
Từ em xa biệt giang đầu
Anh về viết lại những câu thơ tình
Lời thơ ý vận vô minh
Vì em bóng đã mất hình từ lâu
Thương giấy vàng mực khô đau
Đời con chữ cũng bạc màu lấm lem

Dẫu sao cũng cám ơn em
Cho anh biết được trắng đen đời này.

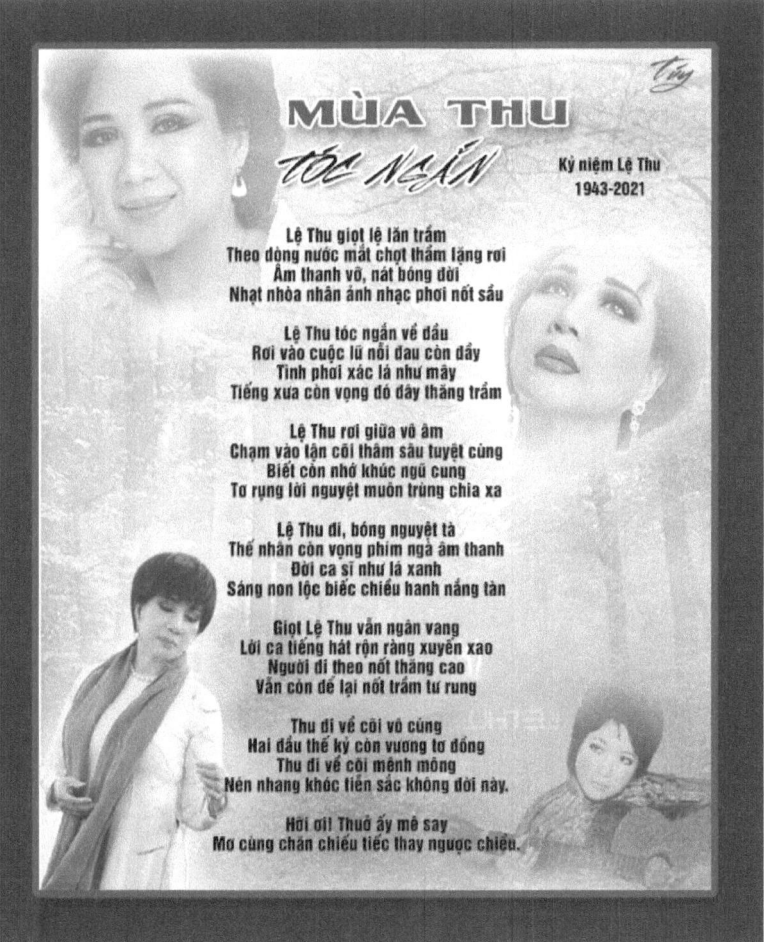

Tưởng tiếc Danh ca Lệ Thu
1943-2021

Mùa Thu tóc ngắn

Lệ Thu giọt lệ lăn trầm
Theo dòng nước mắt chợt thầm lặng rơi
Âm thanh vỡ, nát bóng đời
Nhạt nhòa nhân ảnh nhạc phơi nốt sầu

Lệ Thu tóc ngắn về đâu
Rơi vào cuộc lữ nỗi đau còn đầy
Tình phơi xác lá như mây
Tiếng xưa còn vọng đó đây thăng trầm
Lệ Thu rơi giữa vô âm
Chạm vào tận cõi thâm sâu tuyệt cùng
Biết còn nhớ khúc ngũ cung
Tơ rụng lời nguyệt muôn trùng chia xa

Lệ Thu đi, bóng nguyệt tà
Thế nhân còn vọng phím ngà âm thanh
Đời ca sĩ như lá xanh
Sáng non lộc biếc chiều hanh nắng tàn
Giọt Lệ Thu vẫn ngân vang
Lời ca tiếng hát rộn ràng xuyến xao
Người đi theo nốt thăng cao
Vẫn còn để lại nốt trầm tư rung
Thu đi về cõi vô cùng
Hai đầu thế kỷ còn vương tơ đồng
Thu đi về cõi mênh mông
Nén nhang khóc tiễn sắc không đời này.

Hỡi ơi! Thuở ấy mê say
Mơ cùng chung bước tiếc thay ngược chiều.

Tàn Đông

Cây vườn nhà, em ơi! xơ xác lá
ngọn gió đông lạnh buốt nhớ xuân thì
như anh vẫn giữa hai đầu tưởng tiếc
nụ hôn xưa huyền hoặc khúc đường thi
anh nhớ em như chưa từng như thế
khác gì ngày thiếu nắng vàng hanh
đêm nổi lửa
củi than không đủ ấm
lạnh trong ngoài co thắt thịt da

tháng ngày qua hoa trái mùa không nở
chắc ngậm ngùi vì những chia xa
tiếng chim xưa đã thôi không hót nữa
trước hiên nhà gió thổi sương trắng qua

anh ủ tình trong trái tim khánh kiệt
nên nhịp đời cũng trầm lắng phôi pha

còn đâu nữa nụ cười xưa ướt lệ
vì em ơi! em đã, xa quá xa
ngọn gió vô tình xôn xao quay quắt
nên đời anh thêm chút hư hao
ngày tháng lụn
trời chiều hắt bóng
nắng vàng mơ và hoa nở nơi nào
anh nhớ em giữa ngày tàn đông lạnh
biết mai xuân có còn nhớ đường về
cho hoa nở ngày vui nắng mới
để xua đi bóng tối ngậm ngùi.

nhưng gió chướng vẫn bùng lên như tâm bão
thổi thốc vào đời mộng tàn mơ
hồn cỏ cây cũng nhạt nhòa sương ảo
nên lệ tình còn rơi tận thiên thu.

ngõ trúc đào, em ơi! xào xạc lá
có phải em về hay gió đông.

Chân Dung Mẹ

Tôi sinh ra giữa thời loạn lạc
đạn nổ tên bay
không chết ngạt là may
mẹ đẻ rớt trên đường trốn chạy
tiếng khóc chào đời nào ai hay
giữa mưa gió bão bùng
đêm không cùng chất ngất
nước mưa nước mắt mẹ đắng cay.
rồi từ đó nổi trôi theo vận nước
từ bắc xuôi nam
vượt cầu vĩ tuyến
nắng gió miền nam nuôi lớn thân tôi.
ngày cởi áo thư sinh
khoác vào người áo lính
lên đường mẹ lại khóc như mưa
và từ đó đời tôi xuôi ngược
dấu giày shout in khắp bốn vùng
đạn lạc tên bay tôi không còn khóc nữa
giữa chiến trường nước mắt có ích gì
nói như thế
thật ra chưa phải thế
đã bao lần khóc đồng đội hy sinh
tôi may mắn không bị thương chí mạng
nhưng tàn dư thương tật vẫn còn mang
mỗi một lần được về nghỉ phép
mẹ vuốt lưng tôi đếm sẹo lại khóc thầm.

Ôi mẹ tôi, mẹ việt nam yêu dấu
như muôn ngàn mẹ khác trên đời này
khi sinh con làm sao cầm nước mắt
giữa cơn đau như xé ruột gan
đã bao lần tiễn con ra trận
làm sao ngăn lệ nhỏ mưa rơi.

đã bao năm mẹ về cõi phúc
hay cõi nào ai có hay
và mỗi năm thế nhân mừng lễ mẹ
tôi tưởng tiếc người qua bóng mây
lúc sinh thời mẹ chưa hề được hưởng
phước từ tôi dù chỉ một ngày
thời chinh chiến thân trai vì nước
có bao giờ vì mẹ mình đâu
mẹ biết thế nhưng lòng như trời biển
vẫn bao dung và chẳng quan tâm
chỉ biết âm thầm nhớ con qua dòng lệ
như bao bà mẹ việt nam ta.

xin nhắn gởi những người còn mẹ
hãy giữ cho mình hai chữ tri tâm
luôn đỏ thắm như đóa hồng buổi sáng
để một đời ơn trả mẹ cha
dẫu ở xa hay gần cũng thế
kính mẹ cha là kính cả sơn hà.
và xin gởi đóa hoa hồng trắng
cho những người không còn mẹ gần xa
như khăn tang chít lên đầu để nhớ
mỗi một bước đi là có mẹ quanh ta.
thời gian trôi đã chiều tà xa quê Việt
thương nhớ vô cùng mẹ của tôi ơi!

Vu Lan Mùa Hương Hoa

Liên hoa vẫn nở trong hồ đục
Tâm trắng đời đen có lạ gì
Vu lan báo hiếu mùa sen giục
Hiếu để tâm thành ơn khắc ghi

Người còn cha mẹ tâm khẩu phục
Tôi chẳng còn ai để cúi đầu
Dâng trà kính rượu mời phụ mẫu
Lòng thành tự phạt nát lòng đau

Cha mẹ tôi đâu mà báo hiếu
Hai chữ vu lan vẫn khắc sâu
Vào trong tâm thức từ thuở biết
Ơn cha nghĩa mẹ tận ngàn sau

Có người đã bảo là xin đổi
Cả một thiên thu lấy nụ cười
Chỉ của mẹ thôi là cũng đủ
Cho thế giới vui bất tận đời

Vu lan lệ đã ngàn năm cũ
Riêng tôi vẫn mới dẫu tàn hơi
Nhớ cha mất mạng thời chinh chiến
Mẹ đã vong thân ngoài biển khơi

Mỗi năm lễ đến lòng quặn thắt
Cha mẹ còn đâu báo hiếu đời
Thôi đành cạn chén đời mặn chát
Cắt máu rưới thêm tế đất trời

Kính mẹ thờ cha đền miếu nát
Vu lan báo hiếu lệ đầy vơi.

Từ Cha Nắng Tắt
Lễ father'day

Cha đi còn lại lễ này
Trên khung hình trống hồn bay cõi nào
Hương nồng khói quyện lên cao
Cũng không yên được giữa xôn xao đời

Lễ cha nước mắt lại rơi
Trên bàn thờ cũ hình phơi sắc buồn
Từ cha nắng tắt hoàng hôn
Từ Cha ly biệt nghĩa con chưa tròn

Tim người máu đỏ màu son
Tình cha như núi thái sơn cao vời
Nghĩa con là hạt cát rời
Trong sa mạc lớn gió đời không yên

Khác gì người đã tịnh thiền
Nhớ Cha tâm động lại triền miên đau
Tình Cha vốn rất thâm sâu
Cớ sao nhang lạnh khói sầu vây quanh

Cha ơi! Đời quá mong manh
Bóng chiều quạnh quẽ thiên thanh đổi màu.
Nhớ Cha nặng trĩu niềm đau
Thôi đành xin nhập kinh cầu liên hoa.

Liên hoa thiên địa giao hòa
Cha yên cõi tịnh cho tàn cuộc chơi.

Vẫn Mãi Bên Đời
Lễ từ phụb15/6

Cha đâu để tạ lễ này
Người nơi miên viễn con đây phong trần
Tính ra thế sự xoay vần
Vắng Cha thiếu Mẹ hồng trần nào vui

Nhang thơm thắp tạ ngậm ngùi
Cha xa trần thế ngọt bùi còn đâu
Làm sao nói chuyện mai sau
Khi ngày hụt hẫng gối sầu hằng đêm

Mơ về ngày ấy chưa quên
Cha dạy con trẻ hiểu thêm sự đời
Khuyên con dù mãi rong chơi
Vẫn đừng quên giữ những lời huấn ca

Thương Cha mẹ thương mái nhà
Chính là thương cả sơn hà nước Nam.
Sang hèn bất động lòng tham
Cho đi nhận lại còn trăm năm đời

Đừng sớm khóc, chớ vội cười
Chi ly tính toán nặng hơi thở mình.
Nghĩa nhân luôn có lý tình
Khai tâm buông xả tự mình thong dong.

Hãy như là đời của sông
Ngược xuôi theo sóng sẽ không nghẽn dòng
Sự đời có có không không
Vô thường ẩn hiện Tây Đông khó ngờ.

Lễ từ phụ con vẫn mơ
Ước gì Cha lại bất ngờ về đây
Cho con cúi bái lạy này
Dẫu đời hắt bóng cuối ngày không quên.

Cha ơi! Mưa dội bên thềm
Lòng con sũng nước đời thêm nhớ người.
Ước gì được thấy cha cười
Rất hiền bên mẹ như thời hợp hôn.

Từ Ngày Sinh Rất Xa

Nhớ ngày cất tiếng chào đời
Cũng không có được võng nôi để nằm
Đeo trên lưng Mẹ nhọc nhằn
Ngày ngày hứng nắng đêm trằn trọc đau
Mẹ vẫn đi suốt đêm thâu
Mặc cho bóng tối bể dâu bên đời
Chiến tranh đuổi chạy khắp nơi
Thời gian loạn lạc không rời bước chân
Hai vai Mẹ gánh phong trần
Tôi trong gióng trước niêu nồi gióng sau
Nhắm phương Nam Mẹ đi mau
Đạp lên sỏi đá gót đau chân người
Miền Nam nắng mới đổi đời
Tuổi thơ tôi lớn theo thời gian trôi
Miền Nam đã là quê tôi
Hai mùa mưa nắng Mẹ phơi tóc sầu
Nuôi tôi khôn lớn dài lâu
Trăm cay ngàn đắng không câu giận hờn

Ngày tôi nhập ngũ tòng quân
Là ngày giã biệt mẫu thân xa vời
Khi tôi về Mẹ đi rồi
Hạc bay miên viễn mây trôi bóng chiều
Không còn ai để mắng yêu
Nhắc ngày sinh khó chúc điều tốt may
Ngày sinh tình Mẹ trời mây
Vẫn chưa trả được ơn dày cưu mang.
Mười ngày chín tháng lo toan
Trời ơi! Thương quá Mẹ đa đoan đời.

Ngày sinh vui với mọi người
Hương trầm nhớ Mẹ nụ cười còn nguyên

Sợi tóc

Sợi tóc trắng bay như làn khói
Dẫu thương hay ghét cũng một thời
Vinh nhục sang hèn kinh qua đủ
Thủy chung thì cũng phải phai phôi

Mỗi sáng nắng lên vàng rực rỡ
Trời xanh mây trắng đẹp như mơ
Tách cà phê nóng còn chưa cạn
Suy nghĩ thêm gì cho ngẩn ngơ

Có phải còn giữ niềm thương nhớ
Một thuở xuân xanh hóa thẫn thờ
Tiếc nuối chỉ tăng thêm phiền não
Cứ yêu cứ sống cứ viễn mơ

Ý chữ tình thơ dầu lỡ vận
Vẫn là lẽ sống mặc phong vân
Làm sao níu ngược thời gian lại
Ai giữ được đời mãi thanh xuân

Thêm sợi tóc bay vờn nắng mới
Là thương là ghét đã qua rồi
Chỉ còn lại chút ân tình cũ
Cũng đã theo dòng sông trôi xa

Thôi thì cứ sống như đã sống
Lặng lẽ theo đời trôi như sông
Sông dẫu có chia ngàn nhánh rẽ
Cuối cùng cũng về biển mênh mông

Sao tóc vẫn bay theo nỗi nhớ
Nghe lòng nghẹn sóng cạn đời sông.

Áo xanh

Trời xanh hay là áo em xanh
lung linh theo sợi nắng xuyên cành
mây trôi lơ lửng trên triền gió
rộn rã lòng ta dẫu mong manh

ừ nhỉ đã là ngày cận tết
thấy áo xanh bay nhớ quê nhà
có lẽ giờ này đang nhộn nhịp
làng trên xóm dưới chắc vẫn là

khói bếp nhà người vui ánh lửa
nhà ta hiu hắt đợi người xa
có lẽ em tôi buồn ghê lắm
Mẹ già canh lửa tóc sương pha

đã bao lần tết không về được
Mẹ vẫn chờ con chỉ thở dài
áo mới tặng em không gởi kịp
chắc là buồn lắm tết quê nhà

đành lại hẹn em và thưa Mẹ
tết sau con quyết định phải về
sẽ phong bao đỏ cho em nhỏ
và áo thêu hoa kính Mẹ hiền

Mẹ ơi đừng khóc đừng nhỏ lệ
đường trần vốn còn lắm nhiêu khê
lòng con vẫn thường luôn bên Mẹ
chỉ nhẹ thở thôi cũng nhớ về

tháng giêng bên ấy là ngày nắng
bên này trời vẫn lạnh rét căm
có lẽ năm nay đào nở muộn
như đã trăm năm chờ gió xuân

nhìn áo xanh qua, tà quấn quít
trời cao mấy trắng nắng quanh ta
là biết đã đến ngày cận tết
trời ơi! thê thiết nhớ quê nhà!

Chuyển mùa

Vẫn còn điếu thuốc giỡn chơi
Để thêm chút khói quyện đời thế thôi
Khói từ lửa, thuốc từ tôi
Ừ thì không thể chia đôi bóng hình
Bóng không hình như khói trôi
Vào vùng quên lãng giữa đời đãi bôi
Hình không bóng lẻ tan rồi
Muôn chiều gió chướng dội bờ quạnh hiu

Chân cầu nước chảy liu riu
Sông chia trăm nhánh vẫn dìu bèo trôi
Bèo nhờ nước, khói thuốc mồi
Vờn theo hơi thở bồi hồi nhớ nhau
Vẫn còn điếu thuốc giải sầu
Tàn rung lửa dậy trước sau cũng là
Dư hương quấn quít bên ta
Kéo hơi thở chậm nhớ nhà khói lam

Chiều qua phố cũ mưa dầm
Đường xa đâu biết xuân phân đổi mùa.

Thuyền Trôi Sóng Ngược

Thuyền tình chở nặng trên sông lớn
Không vững tay chèo khó vượt qua
Thuyền khẳm tình đầy nghiêng sóng lượn
Mạn thuyền vỗ nước cũng nôn nao

Vầng trăng huyền hoặc soi tình nước
Sông vẫy bóng chào sóng ngược trôi
Đã xa bến cũ từ ngày ấy
Nguyệt tận mờ theo những chia phôi

Mỗi lần có dịp xuôi sông lạnh
Lại nhớ thuyền tình thuở xa xanh
Giang hồ sông nước không còn bến
Thuyền ta một chiếc thủy độc hành

Những tưởng sóng xô triền đá dựng
Ngăn được đông phong vốn vô tình
Nào ngờ gió thổi thời gian chảy
Sóng đã trở mình mây phiêu linh

Hơn mười năm ngỡ thiên thu đợi
Thuyền vỡ tình trôi nước cạn dòng
Lưu thủy phong vân hờn nguyệt khuyết
Chỉ còn heo hắt ngọn bắc phong.

Mỗi lần nhớ lại lòng đau thắt
Ngày nối ngày đêm vẫn độc hành.

Tình Đầu Lính Mới

Nhớ những ngày đầu làm lính mới
mặt trận còn xa hậu phương gần
vẫn luôn nghĩ tới trường lớp cũ
thương quá nguyệt hoa tuổi trăng rằm

một ngày dừng quân bên đồng cạn
nhìn lại sau lưng đã nhạt mờ
đường ra biên giới gian nan lắm
lại nhớ về người thuở mộng mơ

ngày ấy chung trường cùng chung lớp
mình sát bên nhau một dãy bàn
vậy mà sao vẫn hoài xao lãng
chỉ mãi thả hồn theo lớp trên

lớp trên con gái trăng tròn mộng
xuân thì ong bướm mãi nhởn nhơ
tôi khờ đứng nép bên khung cửa
len lén nhìn thôi cũng thẫn thờ

cứ thế hạ tàn thu đông tới
lên lớp, ngày qua đến tú tài
năm ấy nghe tin tôi thi đỗ
người trên liếc xéo để ngoài tai

riêng em cùng lớp thì lại khác
chúc tôi thăng tiến mãi không thôi
tôi vẫn cứ buồn lòng héo hắt
ra vào thở ngắn với than dài

nhưng mà lạ quá, người trên ấy
chưa tiếp chuyện tôi dẫu một lần
tôi vẫn mộng mơ, tôi vẫn cứ
niềm riêng hoang tưởng chẳng phân vân

đến ngày người ấy thuyền sang bến
tôi tự xăm tay chữ hận tình
từ đó thành trai trong thời loạn
bốn vùng in dấu vết giày saut

chuyện tôi thành lính là thế đó
đâu có muốn làm anh hùng đâu
cho đến giờ này xa đất nước
vẫn còn ray rứt mãi trước sau.

may mà gặp lại cô bạn học
đang là một nửa của đời tôi
vẫn chia số phận không hờn tủi
vẫn dỗ yên tôi: có em mà.

cám ơn em nhé người chung lớp
bóng cả cây cao của đời tôi
thì ra hạnh phúc ngoài tầm ngắm
không phải của ta chỉ thế thôi.

khi đã hiểu ra điều đơn giản
tiếc thay lỡ mất một khoảng đời.

Xuân lạ

Mùa xuân có mưa tuyết bay
ngày không nắng tới đêm đầy đá đông
mình ta bên bếp phong trần
khơi thêm ngọn lửa cho gần tình em

mùa xuân tuyết trắng bên thềm
hương nồng lửa ấm dịu êm phương nào
phương ta hồn lạnh xác xao
trên từng nỗi nhớ nôn nao bần thần

mùa xuân hoa tuyết rơi thầm
mặc người lỡ vận phong trần lạnh căm
đêm mưa tuyết nhớ nguyệt cầm
tiếc là phím vỡ cung trầm đứt dây

mùa xuân hoa tuyết rụng đầy
làm sao ngăn được đường bay gió lùa
làm sao giữ lửa mây mưa
khi tro tàn lạnh tình xưa xa rồi

xuân này tuyết trắng ngời ngời
riêng ta thiếu lửa tối đời hư không.

Tết Xa Nhà

Ngày đầu năm bất ngờ mưa tuyết đổ
Trắng mênh mông ngập cả lối đi về
Trời tái lạnh chạnh lòng người xa xứ
Chợt nhớ Xuân quê Mẹ chắc bộn bề

Xóm lá ven sông mái nhà tranh nhỏ
Khói bếp vươn cao cả làng giỗ Tết
Trẻ hân hoan với sắc màu áo mới
Hớn hở như hoa bướm lượn đường quê

Pháo nổ đì đùng thôn trên xóm dưới
Các cụ già vui việc xếp phong bao
Trai gái lượn lờ tình xuân phơi phới
Điệu hát câu hò âm vọng đồng dao

Bức tranh quê những ngày vui đón tết
Phiên chợ ba mươi vẫn lắm người đi
Chuẩn bị hàng hoa cúng đêm trừ tịch
Đêm giao mùa không còn tiếng thị phi

Xóm nhỏ quê tôi bao mùa thay lịch
Nồi nấu bánh Chưng nổi lửa mấy lần
Bếp ấm phương đông đã xa vời vợi
Xuân trời tây chỉ có tuyết trắng ngần

Xuân thiếu nắng lạnh theo từng hơi thở
Hơi thở nào ấm lại nỗi lòng ta
Người xa xứ tết về ray rứt nhớ
Trước một màu trắng lạnh tuyết gần xa.

tháng 2/2021

Mưa

Ngoài hiên giọt giọt mưa rơi
Kinh chiều chưa đọc lệ đời chưa khô
Sông trôi nước cũng đầy hồ
Giọt dày ướt đẫm nghiêng bờ nhớ nhau

Áo xưa năm cũ đã nhàu
Tình vui nắng mới trước sau khẽ khàng
Cây lả ngọn mưa ngập tràn
Nụ mềm bầm dập bẽ bàng phận hoa

Mưa đời vẫn vô tình qua
Sát sao như thể lệ nhòa bóng ta
Chiều lên đông tận xuân xa
Theo mưa bong bóng chỉ là ảo hư

Đành về lục lại tàng thư
Tìm căn nguyên cũ mưa từ đâu ra
Đất trời phong vũ nguyệt tà
Duyên đời chưa trọn hay ta lạc đường

Gom mưa bụi từ mười phương
Vo thành giọt lệ sầu thương gởi người.

Biển Sóng Gió Lên Đêm Động Nguyệt

Đêm vẫn đen theo lời rên của gió
gió vật mình quằn quại sóng chồm lên
những dấu chân in trên rìa cát ẩm
cũng tan theo bọt nước lấn bờ

con nước thờ ơ
như người vô cảm
cơn mê hoang dã thú khó lặng yên
đêm tái ngắt nhờ nhờ bóng tối
nửa em mặt lạ nửa nào quen
vòng tay cuốn
dồn đầy hơi thở gấp
sợ điều gì như kích ngất mắt trăng tròng

những ngón chân quơ quào chăn chiếu lệch
suối nguồn khe lạch
cũng lật nghiêng

âm ẩm hạ thân
nhớt nhờn da thịt
ran rát máu loang từ vết cấu cào
bừng bừng như lửa dậy
tận cùng hoang lạnh tiếng sói rên
im ỉm tromg đêm ngất ngư tê dại.
cực sung, cực mãn, cực tận cùng.

có phải là em
nửa quen nửa lạ
vô tình mẫn cảm khác gì nhau
cũng phận bọt bèo ngất ngư nhồi sóng
đêm đen gió hú cũng tìm nhau.

gió lên mùa hẹn, gió lại lên
cái đêm hôm ấy đã quên hay còn
sói hoang, trăng vỡ
bờ sóng bạc
vô tướng tìm nhau bến bãi còn
làm sao đếm được bao nhiêu cát
trong dấu chân người vừa bước qua
quẩn quanh con tính còn xao động
gần một sat- na, một đời xa.

Hỡi ơi! Đêm ấy là mãn nguyệt
hay là trăng gió động tình ta
một phút ru đời trên cánh lả
thiên thu gió chướng nhớ nguyệt tà.

Tiễn Bạn Đồng Song
Tiễn Hùng Lai

Mưa nước mắt rơi trên mồ bạn cũ
Thuở đồng song áo trắng quần xanh
Mưa trong ta ướt từ quá khứ
Còn lưu tình đất Vũng ngày xưa

Nghe tin dữ giữa ngày bão tuyết
Tuyết trắng trời như dải khăn sô
Bạn đi trước về miền miên viễn
Bạn bè còn ở lại lòng đau

Biết nói gì cho vơi niềm nhớ
Đành mượn hương đưa gửi quê nhà
An nghỉ nhé, bạn xưa lớp cũ
Xe luân hồi tiễn bạn đường xa

Dẫu đã biết tử quy sinh ký
Và cuộc đời vốn rất vô thường
Nhưng hung tin hóa lành rất khó
Có nói gì thêm cũng bằng thừa

Thôi đành xa tiễn người muôn dặm
Một lời tống biệt cũng trăm năm.

Gió Cũng Trêu Người

Thu lại về trong mơ huyền giấc cũ
gió hắt hiu đưa phiến lá nào rơi
vẫn như thế đã thiên thu hồ dễ
mấy ai quên chăm chút gió lả lơi

người đơn lẻ thường nhìn thu quạnh quẽ
ta một mình thương phiến lá ru đời
chẳng phải cho ta
mà cho người mới lạ
người vô tâm đã lạc bước thu xa
ta là kẻ vong tình bạt mạng
sao vẫn ngậm ngùi
mỗi độ gió giao hoan

đêm thu lạnh thơ văn thường nói thế
riêng thu ta
ấm lại lúc nhớ người
dù rất lâu đã nhạt nhòa nhân ảnh
đã hỏa thiêu thu
trong lò lửa chiến chinh
đã cố tình hủy thu trong ngăn nhớ
sao vẫn còn thu với hững hờ.

thu quạnh quẽ
mượn đèn trăng đọc sách
tiểu thuyết buồn sương đọng từng trang
bình rượu nguội như chờ người hâm nóng
người đã xa xưa
tạ tự uống phạt mình

người đời ví thu là mùa nhung nhớ
người yêu người xót dạ lá thu rơi
thu của ta vẫn mắc bùa trấn yểm
tử sinh phù trong phế phủ không yên

lời nguyền cũ
từ ngàn xa thu trước
vẫn còn vây kín chặt tình riêng
nên vẫn nhớ, trời ơi! nhớ quá
những thu phai gió hí lộng đời ta.

Mạt vận

Chưa chạm cửa trời chân còn bước
Thoảng nghe địa ngục tiếng vọng mời
Dưới đất trên trời ta ở giữa
Đường biên sinh diệt lững lờ treo

Khi muốn tâm bình lòng lại loạn
Nghiệp duyên tiền kiếp chẳng phân ranh
Ta là ai giữa đời vô định?
Sao chẳng khác gì sương mong manh
Đứng lên sợ gió ngàn thu thổi
Quá khứ lạc đường ngại vị lai
Bởi lẽ biết rồi e ta sẽ
Chẳng còn lưu luyến cõi trần ai

Mà cõi trần ai còn vui quá
Tiếc là thêm được mấy Xuân Thu?
Thì thôi cứ bước vào sương gió
Theo dặm lữ xa giữa bụi mù
Tiếng chim gọi bạn nghe thảng thốt
Như gọi hồn ta nhập trầm kha
Quanh đi ngoảnh lại sao như thể
Hoang vắng mình ta vẫn gọi ta.

Một bóng bên đường thân phiêu dạt
Anh hùng thế tận bạt cuồng lưu
Về đâu, đâu tá chiều chạm bước
Ngước mắt trông lên cũng phù vân

Thôi đành soi mặt trên dòng nước
Bóng hỏi hình sao lạ thế này...

Cũng Là Hư Không

Trùng khơi gió muối hương nồng
Cánh buồm vươn tới biển mênh mông tình
Ngày đêm vượt sóng riêng mình
Nghe lời biển hát nắng bình minh ru
Vẫn mong qua cửa thần phù
Như người Lưu Nguyễn phiêu du động đào

Một ngày lạc gió sóng trào
Giật mình chẳng biết bến nào dung thân
Vời trông lớp lớp mây tần
Thuyền nghiêng lỡ nhịp cánh buồm tả tơi
Bên đời nắng quái mưa rơi
Hướng về bến cũ vẫn vời xa trông

Thuyền trôi trên biển hư không
Sông đời trăm nhánh đục trong ai ngờ.

Con đò

Đò ngang đò dọc trên sông
Đảo điên vận nước ngược dòng tỉnh mê
Đò ta như ngọn gió về
Từ mùa thu cũ kéo lê phận người
Đò người như lục bình trôi
Ngất ngư trên sóng từ thời lạc nhau

Đò xa bến cũ giang đầu
Còn đau lòng nước gởi sầu cuối sông
Tiếc là nước đã nghẽn dòng
Sầu như sóng cuộn giữa mênh mông đời
Nên ta có khác gì người
Cuồng lưu chất ngất bên trời ly hương.

Tiếc là đã cuối chặng đường
Mùa thu vàng rụng tóc vương giọt sầu
Vậy mà còn nhớ trước sau
Từ trong tiềm thức vẫn đau đoạn trường.
Đò ngang đò dọc tứ phương
Đò ta một hướng vô thường sắc không.

Trông lên trời đất mênh mông
Phận người hữu hạn sang sông nhớ đò.

Thạch thảo

Thoảng mùi thạch thảo năm xưa
Còn trong thơ nhạc như vừa ra hoa
Hương thơm cỏ ngái bay qua
Tình muôn năm cũ trong ta vẫn còn
Vòng xoay sinh diệt quay tròn
Như con nước vẫn lớn ròng thế thôi
Vậy mà sao vẫn bồi hồi
Nhớ cành thạch thảo bên trời đông phương

Tự dưng nhớ tiếng chuông rung
Ngân vang cổ tự chín tầng xa đưa
Mai kia về lại sân chùa
Dâng hương thạch thảo cho vừa lòng nhau
Dẫu em sân trước vườn sau
Công phu sáng tối nhói đau lòng người
Dẫu em có giấu nụ cười
Môi hoa hàm tiếu chạm đời cũng vui

Quá môn ngọn gió ngủ vùi
Sương rơi hương đọng dập vùi mây mưa.
Một lần thôi cũng đã vừa
Trăm năm ai biết chuyện xưa mất còn.
Thương cành thạch thảo còn non
qua cơn gió có vuông tròn công phu
Hay là thân tại tĩnh tù
Người trong cổ tự tâm du cõi ngoài.

Biết làm sao giết mộng dài
Cho mây mưa dứt trần ai bụi hồng.

Văn bia

Ai về khắc lại câu thơ cũ
Trên đá xanh rêu cổ mộ buồn
Cho ta gởi chữ và thêm ý
Ghi dấu ngàn sau vẫn nhớ nguồn.

Quê hương từ thuở trăng tròn ấy
Sao khuyết trong ta cả một đời
Chiến chinh binh lửa tàn chưa nhỉ
Sao dưới tro than vẫn ngậm ngùi

Nhắn ai khắc chữ trên bia mộ
Khắc nốt giùm ta nỗi nhớ người
Nhớ nước lớn ròng từ xa bến
Nhớ đò đưa khách vượt ngàn khơi

Khắc sâu thêm chút tình tri ngộ
Tráng sĩ sang sông cô lái buồn
Người đi chí lớn gom trời đất
Cũng chứa không đầy mắt nữ nhân

Một khắc chia xa là biền biệt
Vầng trăng cổ tích vẫn chưa già
Vẫn rải gấm vàng lên sông bạc
Yên ba thủy thượng chỉ mình ta.

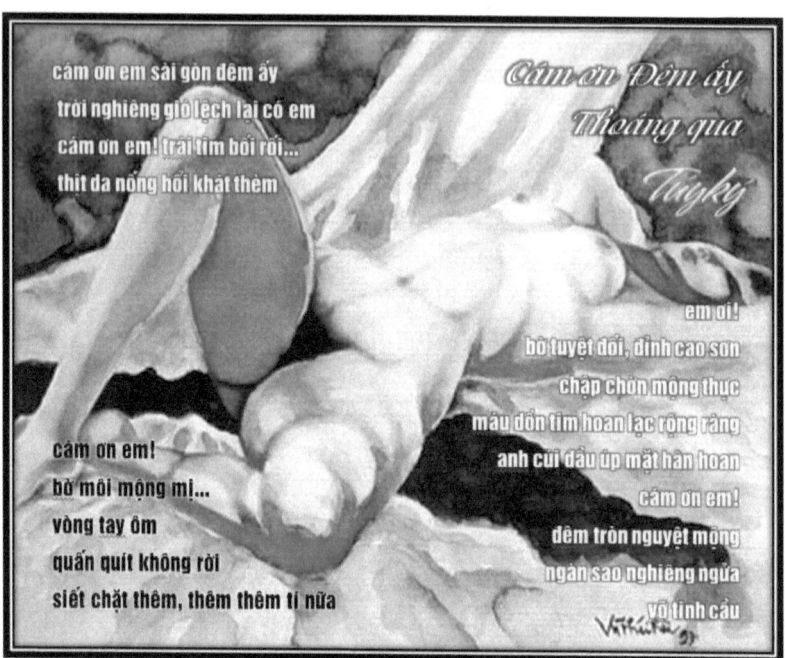

Cám Ơn Đêm Ấy Thoáng Qua

Cám ơn em sài gòn đêm ấy
trời nghiêng gió lệch lại có em
cám ơn em! trái tim bối rồi…
thịt da nóng hổi khát thèm
cám ơn em bờ môi mộng mị…
vòng tay ôm quấn quít không rời
siết chặt thêm, thêm tí nữa
em ơi! bờ tuyệt đối, đỉnh cao sơn
chập chờn mộng thực
máu dồn tim hoan lạc rộn ràng
anh cúi đầu úp mặt hân hoan
cám ơn em! đêm tròn nguyệt mộng
ngàn sao nghiêng ngửa vỡ tinh cầu

Hôm Nay Ngày Ấy

Giọt sương chạm mái hiên tây
Đông phòng lặng lẽ buồn vây song ngoài
Chạnh lòng lại nhớ thôn đoài
Tự dưng đêm ấy mưa ngoài ướt trong

Thầm rơi mấy giọt hương nồng
Mà sao nhớ cả trời hồng phương đông.

Nhớ Ngọn Sóng Sầu

Người ơi! Sao chẳng nói gì
Im hơi lặng tiếng phải vì anh không
Hay vì vỡ giấc mơ hồng
Từ thời con gái lạc dòng đời trôi
Nói đi em, một lời thôi
Tư tình phong nguyệt lá rơi nhớ cành
Một đời anh vẫn là anh
Cho dù hư ảo vây quanh bến chờ
Vẫn là gã học trò khờ
Ngu ngơ viết lại bài thơ không vần
Hỡi ơi! Ngày tháng ly phân
Cung đàn lỡ nhịp vẫn cần có nhau.

Mai về dẫu sóng bạc sầu
Người xưa trắng tóc áo nhàu cũng cam.

Nắng xưa

Dường như gió cũng thở dài
Mùa hè thức dậy sương mai ngậm ngùi
Chờ nhau đâu có gì vui
Trần ai, ai chẳng ngọt bùi ước mơ
Ngày qua tháng lại thẫn thờ
Hoa tàn lá rụng vẫn chờ đợi nhau

Chờ nhau đã bạc tóc sầu
Chắc qua cầu gió còn đau nỗi niềm
Người đi vui với đời riêng
Ta người ở lại vẫn triền miên đau
Dõi trông hình bóng hút sâu
Dường như nắng cũng nhạt màu sắc vui

Đã bao hè vắng tiếng cười
Khác gì Bao Tự xưa đòi quân vương
Trò chơi nổi lửa bốn phương
Cũng đâu thấy trọn nụ cười ái nương
Trách gì ta phận dân thường
Đành về khép cửa nhốt hương ngủ vùi.

Tình đời luôn có buồn vui
Thứ dân Thiên tử ngậm ngùi như nhau
Chỉ là tình trước ý sau
Thủy chung khôn dại cùng đau thói đời
Biết đời cõi tạm thế thôi
Vậy mà sao vẫn bồi hồi trước sau

Hai mươi năm lẻ còn đau
Bao mùa nắng vỡ vẫn sầu nhớ mưa.

Sầu Đông
Treo Nhánh Ngô Đồng

Có những bài thơ tình
Nghe một lần là nhớ
Gió thoảng qua vẫn còn giữ lại hồn
Lồng trong ý là tình hiện hữu
Dù vô âm vô sắc vô hình
Từng con chữ kết thành tình của gió
Gió bay qua còn lại mùi hương
Cây nào chẳng lớn lên từ đất
Chỉ có ngô đồng vươn nhánh sầu đông
Cây ngô đồng lớn theo chiều gió
Nhánh sầu đông thương nhớ đong đưa
Nhớ từ thuở tang điền dâu bể
Sầu đông phương đẫm lệ tây phương
Nhánh ngô đồng sầu đông vạn cổ
Biết người đi còn có mang theo
Để mỗi độ mùa đông se sắt nắng
Từng hạt sương rụng xuống hiên đời
Là lại nhớ nhánh ngô đồng xưa cũ
Còn vươn lên từ nỗi nhớ người.

Mùa đông ấy người đi không biệt
Nắng xuyên cây khai mở lá sầu
Cỏ biếc thay màu
Vàng lên nhung nhớ
Người đi. Đi thật rồi sao
Nhánh sầu đông rung theo ngọn gió
Cây ngô đồng cúi mặt thở dài
Chiều núi mây nghiêng

Nắng thoi thóp gọi
Bốn phương lặng ngắt vô âm.

Người ở lại cũng lần theo gió cát
Gọi tìm nhau trong cõi sa mù
Mây bốn phương từ đâu gom lại
Nặng bầu trời nặng hạt mưa rơi
Và từ đó mưa trong đời có thật
Ướt đẫm ta và ướt cả đất trời.
Cây Ngô đồng nghe mưa gọi gió
Nhánh sầu đông nối nhịp thở dài
Từ quê nhà theo đường ta đang tới
Gặp nhau rồi như muối xát thịt da.

Hỡi nhánh sầu đông
Cây ngô đồng cũ
Rễ cắm sâu lòng đất nhánh vươn ra
Như tình ta dẫu lắng sâu đáy vực
Vẫn trông lên nghe gió gọi mây mưa
Lòng chìm xuống giữa chất chồng cỏ úa
Vẫn nhớ Ngô đồng. Cỏ biếc ngàn xa.
Nghiêng nỗi nhớ rong tình ta viễn xứ
Người đã đi sao như vẫn quanh ta
Người đã đi thế giới vẫn ta bà
Và nỗi nhớ trong ta là bất biến.

Cây Ngô đồng vì ai mà biến hiện
Cho nhánh sầu đông lá rũ. Đời nghiêng.

Tình xanh
gởi cô giáo Thanh

Cô giáo xưa tóc xanh như lá thắm
Mắt hồ thu nghiêng cả bóng mây trời
Những lời vui còn luyến lưu bục giảng
Phấn trắng bảng đen ghi dấu tự tình

Thuở ấy theo cô dọc đường phượng đỏ
Tà áo bay bay quay quắt sáng chiều
Nụ cười nhẹ rơi như hoa hàm tiếu
Mắt ngọc long lanh biết nói điều gì

Thuở ấy thư sinh vừa tròn tuổi mộng
Theo gió vờn bay quấn quít chân người
Vui nắng sáng đầy chờ cô đến lớp
Mong tiếng trống trường tan học về theo

Cô trước bước mau guốc vang hè phố
Trò ngẩn ngơ theo bóng ngả đường chiều
Đêm chong đèn ôn bài trong nỗi nhớ
Mộng tầm vu hiu hắt một bóng hình

Rồi từ đó ngỡ mình tình si thật
Xem Cô giáo là người mộng trăm năm
Nào ai biết một ngày Cô xa lớp
Biệt trường xưa theo chuyến đò hoa

Gã học trò bất ngờ như chết đứng
Ngỡ mặt trời và trái đất nổ tung
Thật ra chỉ là tình đầu hoang tưởng
Của cậu học trò chưa hết ngu ngơ

Sau vài năm nổi trôi theo binh nghiệp
Trở lại trường xưa mái ngói thay màu
Người lính trận nhìn hàng hoa phượng đỏ
Chợt nhớ người xưa - ở đâu về đâu.

Cô giáo xưa ơi! Chuyện từ Thu trước
Sao vẫn còn nguyên dấu ấn tình xanh.

Buổi Sáng Bên Thềm Vắng

Tự dưng buổi sáng vắng tiếng chim
Hoa lá cỏ cây cũng im lìm
Có phải gió lỡ đường sai hướng
Nên nắng vàng soi dõi bóng tìm

Tự dưng buổi sáng thinh không nhớ
Tiếng bước em qua chạm cửa xưa
Gió cũng reo vui xào xạc lá
Tình cờ hoa nở thoáng hương đưa

Tự dưng nỗi nhớ tràn sân trước
Gió thổi thốc ra tận vườn sau
Sân trống thềm rêu căn phòng lạnh
Chờ mãi người qua sương trắng đầu

Tự dưng tự nhớ tự tình cờ
Sau bao năm tháng khép tâm tư
Những tưởng nỗi niềm riêng đã héo
Ai ngờ gió thổi ý khai từ

Tự dưng con chữ như có cánh
Bay lên cùng ngữ nghĩa mong manh
Lời thơ mở cửa vườn kỷ niệm
Lại nhớ em rồi em yến oanh

Em đến em đi theo gió lộng
Để vườn xưa vắng gót sen hồng
Luống cải hoa vàng không vàng nữa
Từ em xa biệt núi nhớ sông

Mỗi ngày nắng tới nghe gió vọng
Như tiếng thở dài một đời trông.
Cô phòng chăn chiếu không đủ ấm
Chỗ em ngồi cũ vẫn trống không.

Bao năm biền biệt còn mãi nhớ
Dẫu biết biển dời vốn mênh mông.

Tháng Tư Đến Hẹn Lại Lên

Đã tháng tư về rồi nữa sao
Tháng tư oan khốc tự năm nào
Như tiết xuân tàn hoa vẫn nở
Huyết tràn máu đỏ ngập trai đàn

Những nén nhang đưa không đủ ấm
Mồ xanh cỏ lấp chẳng bia đề
Từ đó núi sông như giẫy chết
Cỏ vàng thiếu nước đất cằn khô

Thử hỏi làm sao cây lúa sống
Một bước, bước đi xương trắng đồng
Tiếng hồn uổng tử than trong gió
Những xác vô danh nghẽn hồ sông

Tháng tư ngày ấy quên hay nhớ
Nước mất nhà tan biệt con thơ
Đứa theo mẹ chạy ra biển lớn
Đứa trốn vào rừng lạc chân xa

Hầu như tất cả không trở lại
Mấy ai thấy được nắng ngày mai
Cũng may còn có người vượt thoát
Sống mà như chết giữa nhân tai

Mỗi độ tháng tư về bi uất
Nhớ ngày buông súng lúc cuốn cờ
Biết trách hờn ai cho vơi nhục
Thôi đành ta tự trách chính ta

Từ ngày quá hải mơ phần số
Làm người có dân chủ tự do
Mong ngày quang phục quê hương cũ
Mấy chục năm qua chẳng ra trò

Bốn sáu năm trôi hồn áo rách
Vết thương mưng mủ cũ không lành.
Oan khốc còn đây quê hương nhớ
Trắng tay ly xứ mộng chưa thành.

Có Một Thời Như Thế

Đã biết người đi chẳng hẹn về
Mười năm chinh chiến khắp sơn khê
Tuổi trẻ nhiệt tình lòng tự phụ
Vào tù năm tháng lấp chôn theo.

Ngày về còn lại thân còm cõi
Tâm huyết thanh xuân cuốn bụi mù
Chưa được nửa đời đầu đã bạc
Trái tim rỉ máu hận thiên thu.

Trên con đường lớn hình bóng nhỏ
Lê bước phong trần lắm âu lo
Từng giọt bi ai trào máu lệ
Mưa nguồn thác lũ sóng cuồng to.

Vùi chôn chí lớn trong ngăn nhớ
Nửa trái tim khô khó nhịp dồn
Thời gian vẫn chạy không ngừng nghỉ
Dâu bể bên đời mặc dại khôn.

Tìm sống ngược xuôi trong cùng kiệt
Lê lết thân tàn mưa nắng xiêu
Trên hai vai nặng đời điên đảo
Ngủ chợ từng đêm đối sầu miên.

Đã mấy mùa qua trăng khuất bóng
Nhìn lên cao ốc mộng vời trông
Cho được đêm dài, dài thêm nữa
Cho dù nguyệt vỡ cũng còn mong.

Thăm chỗ tạm dung đêm hiên lạnh
Thăm người mạt vận lỡ ngày xanh
Xanh xưa lính thú đi biền biệt
Lời hẹn sẽ về rất mong manh.

Thoắt đã cuối đời thân phiêu bạt
Mộng vỡ tàn hơi chết chẳng đành.

Đã Biết, Vậy Mà...

"Em biết anh đi chẳng trở về"
Mà sao thương nhớ vẫn lê thê
Vẫn cứ ngỡ như ngày xưa ấy
Kề cận bên nhau ước hẹn thề!

Con đường hoa cũ giờ nhạt nắng
Vàng chẳng còn tươi suốt tầm nhìn
Lau lách bến xưa cao chất ngất
Thuyền mục còn neo đợi anh tìm!

Nhớ đêm từ biệt trăng mờ tỏ
Bóng anh nghiêng nặng dáng âu lo
Anh hẹn ngày gần quay trở lại
Dù em vẫn biết chẳng bao giờ!

Em biết anh đi lòng còn ở
Cùng em lưu luyến những dặm dài
Bên ấy bên này chung một biển
Nhưng bờ bến cách đã thành hai!

Đã mấy mùa qua hoa lại nở
Tin theo những cánh nhạn đưa về
Rằng anh vẫn sống và đang sống
Với một người xa, đã lỗi thề!

Em biết anh đi chẳng trở về
Vậy mà thương nhớ vẫn ngày đêm
Vẫn còn mong ước ngày đoàn tụ
Như nước trôi xa nhớ bờ quên

Em biết, biết mà lòng sao vẫn
Cảm hoài thương nhớ bóng trăng phai
Bây giờ đã biết anh tìm sống
Trong muôn đường chết bởi vì ai?!

Đã biết sao còn đau nhức mãi
Cho lệ đưa tang đời thu phai.

Xiêm y

Xiêm y cho dẫu đã nhàu
Vẫn còn lưu luyến trước sau gọi mời
Cho ta lại quay quắt đời
Lại say lại đắm cuộc chơi chưa tròn
Cám ơn lụa mỏng da non
Tình trao ý nhớ vẫn còn hương đưa

Cơn Mưa Đầy

Mưa mùa hạ,
chợt mưa mùa hạ
mưa bất ngờ giữa nắng viễn tây
như người về tưới mát hồn cây
con đường lạ thành quen như thuở ấy

ở bên này dặm ngàn xa lắc
vẫn xuân thu thương nhớ khôn vơi
cho tôi buổi sáng
nhớ người như giọt mưa
quấn quít bên thềm
sân rêu vườn cỏ
trở màu xanh biêng biếc xuân thì
khác gì những cơn mưa
mưa quê nhà nhiệt đới
tưới đẫm nghìn trùng
nỗi buồn xứ lạ
ơi em! nhưng nhức nhớ còn đây
câu thơ tình tỏ bày chưa hết
những niềm riêng ấp ủ bên đời
ơi mắt nâu vàng
hay xanh xanh biển mặn
vẫn ngời ngời sóng biếc
cảnh báo thời gian dòng chảy không ngừng
sóng biển kia còn bạc đầu thương nhớ
những đời thuyền biển biệt xứ xa
mà đời người thì em ơi! qúa ngắn
chưa nói tròn câu đã nắng hắt chiều tà

vì vậy người ơi! nhanh lên với chứ
đã về đây thì ở lại đây
trong ngăn tim một thời chật chội
của riêng tôi bầm dập còn nguyên
sóng nước sông tiền
phù sa sông hậu
vẫn loanh quanh quấn quít chân cầu
chiếc cầu dài nối bờ thương nhớ
biết có còn nối đến ngàn sau
và biết nối về đâu đừng lỡ hẹn

Ơi em!
mưa viễn xứ ngập đường.
và tôi phế tích
những sợi mưa đan thành khăn sô trắng
theo về huyệt mộ không xa.

mưa mùa hạ
vẫn bất ngờ không hẹn
đến rồi đi theo nắng sáng mưa chiều
ngày nhiệt đới nối đêm mưa rả rích
giọt giọt rơi níu lại những ưu phiền
ai giữ được để hong nỗi nhớ
chờ ngày lên hong nốt đời này
nỗi nhớ theo mây
mưa đầy cuối phố
con dốc quen xưa lên xuống bao lần
áo ướt đôi tà
hiên nhà ai đợi
bóng người qua đã biền biệt lâu rồi.

mưa viễn tây
nhớ chiều đông phương cổ
vẫn một mình trên phố đèn mù
chiếc bóng hắt hiu
quặn lòng vì nhớ
những cơn mưa mùa hạ nào xa.
ơi em!
mưa đẫm ướt hồn ai
chiều mưa quạnh nhớ em chi lạ.

trên dốc đá
rất quen
lại lạ
vì đường xưa
còn dấu em qua
tôi vẫn thấy hình em như tượng đá
trong mưa chiều
ướt sũng giọt sầu miên
tôi vẫn thấy em như mưa mùa hạ
bóng lồng mưa dưới gió ngược trăm năm.

Chiếu rượu bạn vàng

Trên chiếu rượu dọc ngang chưa đầy mét
nếu tính ra chẳng được vuông tròn
dăm ba gã bạn vàng tốt bụng
chuốc men cay nói chuyện lộn sòng

khi nhắc đến kinh kha cứ ngỡ
là chính mình đang múa kiếm vung gươm
giữa cung điện huy hoàng tần đế
vuốt râu cười đắc ý mộng quân vương
có tiếng sáo tiệm ly ngàn thu trước
đang vọng về nghe lạc nhịp ngũ cung
gã bạn pháo binh
vẫn nổ như tạc đạn
cuộc rượu tàn. bạn vàng lăn ra ngủ
tiếng ngáy vang như ngựa hí quân reo
manh chiếu rách tả tơi trên nền bụi
chiến sĩ ta - say - túy ngọa sa trường…
quân mạc vấn!" quân đâu mà vấn
kinh kha hề đã quá bước sang sông
chén hồ trường còn trơ mảnh vỡ
rượu bốc hơi nhà gió trống không.

con thạch sùng trên đòn tay gỗ mục
cũng thở dài lịm ngắt giữa mênh mông
con dế nhủi
lủi đầu vào đất
nghẹn khóc thầm cho những chiến sĩ ta
những chiến sĩ đưa cao bầu rượu
rượu cạn bình tan

bát vỡ, mắt đứng tròng.
chất ngất men cay
đoạn trường bi uất
dẫu hồng đào mỹ tửu cũng như không
cũng chỉ là hơi men thay tên gọi
cho hợp thời hợp thế vậy thôi
đi chưa hết đường, dù cải danh tên họ
dưới mặt trời cũng không thể bốc hơi
vẫn còn nguyên
hăng nồng mùi khói lửa
vẫn chỉ là những người lính mất quê hương.

nhưng trận chiến kéo dài trên chiếu rượu
đa phần nói chuyện quẩn quanh
không thoát được đời thường cơm áo
quỹ thời gian lại khánh tận mất rồi
thì lấy gì để vung cờ tụ nghĩa
và sức đâu còn để vác đại đao.

vậy mà vẫn có dăm thằng bạn
về quây quần bên chiếu rượu rách bươm
vỗ ngực mà ca
múa tay mà hát
thề phanh thây uống máu quân thù
khổ tấm thân
ngồi xe lăn mà ngỡ
như trên lưng huyết mã trường câu.

Và cứ thế, rượu tràn như thác đổ
cho đến khi say khướt lạc lối về.
cho đến khi giọt nước mắt trong mê
rơi xuống giữa bạn bè trên chiếu rượu
chiếu rách, rượu tàn đời mạt vận
mộng giang hồ theo hơi rượu bay.

Tháng Tám Mùa Thu

Trong thi ca mùa Thu buồn vời vợi
Trong đời thường Thu lại đẹp biết bao
Mùa thay lá hoa Cúc vàng nở rộ
Mùa mây trời theo ghẹo gió xanh xao

Nhưng sự đời là vô thường biến đổi
Nắng hắt bên này mưa ướt bên kia
Nhắc mùa Thu anh mơ về chốn cũ
Có những con đường in dấu em qua

Có góc công viên và pho tượng cổ
Mở rộng vòng tay đón lá Thu vàng
Như em rộn ràng trao hôn vội vã
Cho anh quên mình ướt giọt Thu rơi

Có lời thề vang vùng thung lũng lạnh
Có núi đồi làm chứng hẹn giao bôi
Có những vòng tay trong tay quấn quít
Có bờ môi níu chặt lấy bờ môi

Ôi đẹp quá những ngày Thu tháng tám
Lá thay màu nắng rực rỡ tình ta
Nhưng khi xa tình Thu là gió thoảng
Là mây bay từ đó biệt giang hà

Là lãng quên chìm trong ngăn nhớ
Và tan theo những Thu cũ vườn xa
Cũng tháng tám em vu quy vội vã
Ơ hờ anh trong men đắng ta bà

Nên vào Thu thơ thường buồn vời vợi
Bóng trăng ngà nhờn nhợt tái thịt da
Bông Cúc nở vàng lên màu đất úa
Nỗi nhớ em thành vết cắt sâu xa

Buồn ly biệt làm sao Thu đẹp được
Gió ngàn lay rơi rụng lá khô đau
Vì muôn thuở Thu vẫn là hai mặt
Vui buồn như sân khấu lúc về khuya.

Nên mùa thu vẫn chỉ là kỷ niệm
Như nốt trầm rụng xuống giữa đời nhau.

Chiều Đã Xuống

Ai cũng có một góc trời riêng để nhớ
có một khúc phim buồn
để gợi lại những đắng cay
có ánh nắng reo vui khi ngày lên mỗi sáng
và có u-ẩn buồn khi chiều xuống. mưa rơi.
ai cũng có.
đời người ai cũng có
tham sân si hỉ nộ vô thường
nhưng rồi cũng qua đi như gió thoảng
chỉ còn lại chăng là ái dục chất chồng
dù thanh xuân hay tuổi già đơn lẻ
vẫn không ra khỏi cửa vô thường.

ai đã sống dưới mái tranh khói bếp
khó lòng quên được tiếng sáo diều
ai đã đi qua ruộng đồng bát ngát
còn nhớ chăng khúc hát đồng dao
ai đã đi qua một thời chinh chiến
làm sao quên bom lửa đạn thù.
ai đã là nữ sinh áo trắng
khó lòng quên chiến sĩ miền xa
ai đã sống những ngày lưu lạc
có biết chăng ai bạn ai thù.

hơn nửa đời tóc bạc vẫn âu lo
dây phiền nhiễu là dây đời oan trái
là nếp nhăn ghi dấu dung nhan
ngọn lửa cháy gần tàn chợt sáng
còn ta sao tăm tối thế này.

có phải từ ngày xa cố quốc
là mất luôn cả chính bóng mình
lại mất luôn cả niềm tin khả tín
vỡ ước mơ quang phục quê hương
dẫu có bạn tri âm tri kỷ
cạn hồ trường có được gì đâu
đã ngàn năm ngựa hồ gió bắc
vẫn chỉ là ảo ảnh mơ hồ
ai gói trọn tình nhà nợ nước
khi chỉ ngồi nhai lại chuyện đời xưa.
khi nợ áo cơm còn đầy trước mắt
mà sức tàn lực cạn lâu rồi.
biết làm sao cho tròn trung nghĩa
trung với quê hương và nghĩa với đồng bào.

Chiều đã xuống
nắng tàn phai kim cổ
vẫn mình ta nhớ khói bếp quê nhà
trong góc riêng mưa ướt dầm tuổi trẻ
khúc phim buồn tràn ngập bóng tối đầy.
chiều đã xuống
hỡi ơi! Chiều đã xuống.
người về đâu và ta sẽ về đâu.

Còn Đó Quê Hương

Tôi yêu quá nước sông hồ xuôi ngược
yêu những bến bờ sóng vỗ đò ngang
Có cô lái hồn nhiên hát ví
Bên lão trượng già gác mái xuôi chèo
Nói chuyện Xuân Thu trường kỳ mưa nắng
Để ngoài tai ruồi nhặng thị phi.

Là người Việt
Tôi yêu người miền bắc
Gặp nhau đâu cũng hỏi: Ăn chưa
Tôi yêu người miền trung
Cứ mỗi lần gặp là cứ hỏi:
Đang ở đâu nhà cửa thế nào
Tôi yêu người miền nam
Luôn hai chữ "khỏe không" hỏi trước?

Ba câu hỏi đã trở thành thuộc tính
Cho dân tôi Nước Việt ba miền
Dân miền Bắc sợ đói năm Ất dậu
Dân miền Trung sợ lụt hằng năm
Dân miền Nam sợ ăn chơi quá mức
Nên gặp nhau là thăm hỏi quan tâm
Bắc Trung Nam cũng là một bọc
Được sinh ra từ Tiên Mẹ Cha Rồng.

Ai cũng biết đó là truyền thống
Luôn tương thân trong hai chữ đồng bào
Từ thuở Ông Cha chân trần mở đất
Vẫn không ngừng nối chí tiền nhân

Vẫn bất khuất ngẩng cao đầu ngạo nghễ
Vẫn hiên ngang bên bờ thái bình dương
Vẫn vượt qua sóng to gió lớn
Ngăn giặc thù và bảo vệ quê hương

Vậy mà sao giữa thời đại mới
Đã mất rồi hai chữ tự hào
Tìm đâu ra tình đồng bào đồng khói
Tìm đâu ra hai chữ nghĩa nhân
Khi vật chất lợi quyền là trên hết
Đã quên rồi chữ nghĩa Thánh nhân
Việt Nam quê tôi
Nhiễm vi trùng vô cảm
Ai cũng thành độc đoán độc hành
Kẻ cầm quyền đuổi dân giành đất
Để dâng, cúng, bán, thuê
Đất nhà thành nhượng địa
Mở cửa tự do rước giặc vào nhà
Dân thống khổ sống trong kềm kẹp đỏ
Từ cuộc xâm lăng không tiếng súng thời nay.

Bạn trẻ ơi! Có nhìn ra thế giới
Thấy gì từ Miến Điện, Hồng Kông
Hay chỉ biết cúi đầu hưởng thụ
Chút tàn dư tha hóa hôm nay.
Chút phấn son trên những đời cùng cực
Chút xa hoa phục vụ một nhóm người
Khi tuyệt đại người dân cùng khổ

Tiếng kêu oan
Oan khốc dậy trời.
Bản Giốc Nam quan, Formosa, Bauxit
Hoàng, Trường sa lãnh hải còn không?!

Trang sử cũ còn ghi đậm nét
Một ngàn năm đô hộ giặc tàu
Tiền nhân ta đã đổ bao xương máu
Để giữ gìn mảnh đất Việt Nam
Để bảo tồn giang sơn gấm vóc
Từng phân từng tấc không rời.

Ôi Việt Nam rừng vàng biển bạc
Đã cạn cùng hai chữ thảm thương
Ta làm gì giữa muôn trùng gió chướng
Mạt pháp thời nay đã đến rồi.

Nhưng trong tôi máu Việt Nam vẫn chảy
Vẫn không ngừng hy vọng sử sang trang
Vẫn không ngừng tin vào lớp trẻ
Sẽ ngẩng cao đầu vươn tới tương lai.
Đất nước trường tồn
Quê hương sẽ đẹp
Người sẽ thương người vì hai chữ đồng bào
Dẫu đời tôi sức tàn lực cạn
Còn nổi trôi trên sóng nước sông hồ.

Tháng Sáu

Tháng sáu chưa tròn
đã lo mưa tháng bảy
sợ ướt trăng mùa cũ trung thu
sợ nhạt nhòa lụa hoa kỷ niệm
thương cúc vàng héo hắt đợi lá bay

ôi! tháng sáu chỉ vừa chớm hạ
mà tự dưng gió lạnh ùa về
cho tiếng dế ngủ ngày im tiếng
cho những hoa vàng nắng quắt quay
và trời chợt đổ mưa dầm ướt đất
nước tràn lan khắp nẻo xa gần
nhìn mưa nước ngập
tự dưng lòng chùng xuống nhớ quê nhà
quê trời hành
hằng năm bão lụt
đất trung du đá sỏi khô cằn
và chợt nhớ em tôi thuở ấy
vượt sông Kôn đi bộ đến trường
với ước mơ sẽ thành cô giáo
ở cạnh trường chăm sóc trẻ thơ.
nhưng hỡi ơi!
giữa thời tao loạn
tháng sáu mùa hè khốc liệt chiến tranh
lửa đao binh tứ phương mìn bẫy
vẫn chực chờ rình rập vây quanh
em ngã xuống trên đường đến lớp
vì đạn thù không mắt vô tình

nước sông Kôn như nghẹn dòng chảy ngược
lính miền xa thất sắc lúc nhận tin
nhưng biết làm gì
khi trên đường ra trận
dấu giày shout không ngừng nghỉ di hành.
và từ đó là những ngày loạn thế
cho đến khi nhận lệnh tan hàng.
tôi quá hải nghìn trùng xa tổ quốc
xa cả em tôi mộng chưa tròn.

hải ngoại lưu vong
vời vời trông đợi
tháng sáu nào cũng gợi nhớ khôn nguôi.
hoa phượng đỏ có còn bên trường cũ
tháng bảy mưa ngâu Ô thước có bắc cầu?
riêng trong tôi
đã ngàn xa cố quốc
vẫn còn mơ về tắm sông Kôn.

Tím Ngọt Bằng Lăng
Hà thị lập gởi đời sông cạn

Anh có nhớ bằng lăng
sắc màu hoa tím nhẹ
từ em tuổi ô môi
từ anh thời trốn học

vẫn mơ hoa hương thoảng
trong trí nhớ học trò
màu bằng lăng tím ngọt
theo em như dầu loang

năm mươi năm hồ dễ
cách xa ngàn nhánh sông
vậy mà sao dâu bể
vẫn nhớ anh phiêu bồng

cám ơn bằng lăng tím
nở vườn em muôn chiều
cám ơn anh còn nhớ
đến tình cm nghiêng xiêu.

anh ơi em vẫn đợi
mặc bóng chiều tịch liêu.

Htl

Tháng Năm Hoa Tím

Tím biếc Lục bình trôi xuôi sông lạnh
Nhớ gốc Bằng Lăng bến cũ sông quê
Nhớ áo tím xưa ngày qua cửa lớp
Nhuộm tím tình ta nhưng nhức nhớ về

Từ cách xa những nẻo đời chia biệt
Hai phương trời ngăn cách mấy đại dương
Anh vẫn mang theo mênh mang kỷ niệm
Trải hoài mong trên khắp những dặm đường

Lòng muốn thế nhưng sông đời ngược sóng
Thời gian qua như nước chảy không ngừng
Chút tình xưa thuở học trò lưu luyến
Nhạc ve đưa nhớ phượng cháy sân trường

Trang lưu bút lạc rơi thời chinh chiến
Tìm đâu ra giữa đổ nát điêu tàn
May hồn chữ vẫn còn nhiều vương vấn
Như màu áo xưa tím cả không gian

Hoa Lục Bình vẫn trôi trong lặng lẽ
Màu tím Bằng Lăng tím cả trời chiều
Tuy đông tây cách xa ngàn vạn dặm
Nhưng những màu hoa có khác bao giờ

Người đi xa vẫn còn đầy thương nhớ
Áo tím xưa đã biền biệt phương nào
Có khi nào quay nhìn sông ngược nước
Nhớ một thời ngan ngát tím xôn xao.

Ai đi qua những bến sông vọng tưởng
Nhặt giùm tôi chút tím cũ năm nào.
Em xưa ơi! Có khi nào chợt nhớ
Hãy nhìn lên chân trời tím mơ hoang.

Tháng năm gọi hè hoa Bằng Lăng nở
Dưới sông nước chảy tím Lục Bình trôi
Vạt nắng đong đưa gọi mùa Phượng đỏ
Đỏ cả sân trường rực cháy hồn tôi.

Đã mấy mùa qua ai ngồi đếm thử
Những lá bàng rơi lớp cũ sân trường
Biết tím về đâu biệt mù năm tháng
Sao vẫn còn nguyên tím biếc mộng thường

Sông nước xa xôi Lục Bình trôi nổi
Hoa tím Bằng Lăng cúi mặt thẫn thờ
Bước chân ai qua một thời trẻ dại
Tháng năm lại về Phượng thắm môi đời.

Nỗi nhớ xôn xao tràn theo vạt nắng
Tím biếc đã xa còn lại nỗi sầu
Tôi lại nhìn tôi thân xiêu đường vắng
Gió lộng muôn chiều tím ngắt về đâu.

Hồi hướng

Ta về hồi hướng tâm sen
Khép cửa ngộ giác chờ đèn trăng sao
Gói lòng trong tấm đạo bào
Tự mình, tự vấn chữ nào sắc không

Phân thân giữa Bắc Nam tông
Ba ngàn thế giới bụi hồng níu chân
Trăm năm vọng nguyệt, nguyệt tàn
Từ xanh tóc biếc mây ngàn khói sương

Mặt hồ lúc phẳng như gương
Gặp cơn sóng lượn cũng thường nghiêng chao
Không dạt dào cũng lao đao
Vô thường luân chuyển cõi nào tịnh yên

Ta về khép cửa tịnh thiền
Thiền không ổn định lụy phiền đầy thêm.

Hoa Dù Rụng Giữa Cơn Mê
Thương tiếc Pháo thủ Nhảy Dù
Nguyễn Thanh Liêm
1950-2017

Nhớ bạn pháo binh
Súng to quan nhỏ
Hoa dù mũ đỏ
Nửa đời theo đạn đạo hành quân
Ngang dọc thất sơn, trèo đèo vượt suối
Nửa bàn chân để lại với quê hương.
Vẫn miệt mài vẽ đường chiến đấu
Cho chính mình nhắm đích đến tự do.
Mặc nợ áo cơm, thê nhi tạm gác
Hừng hực niềm tin: Nhảy dù cố gắng.
Từ biệt quê xa, miền Tây sông nước
Khí hùng Nam bộ còn nguyên.

Bốn chục năm hơn
Bôn ba hải ngoại
Vẫn hiên ngang trên đầu sóng giang hồ.
Như lão ngư ông đã rời biển Mẹ
Vẫn vô cùng nhớ sóng ngàn xa.
Thanh Liêm ơi!
Giữa lòng bằng hữu
Cạn hồ trường vỗ ngực mà ca
Bài chính khí
Bóng cờ lồng lộng
Nhớ tiếng quân reo
Pháo hạ nòng trực xạ

Vẫn cười vang mà nước mắt lưng tròng.
Bi uất qua một thời lửa đạn.
Vẫn nhắc nhau những đời pháo thủ
Rót cho khéo nhé
Nhà chúng ta ở vùng sáu trăm mười.
Còn nhớ như in, mắt ngời rực lửa
Như niềm tin rót đến mọi người.
Còn nhớ như in nụ cười chân chất
Của miệt vườn quê cũ hiền hòa.
Còn nhớ như in, niềm tin hơn sóng cả
Đứng giữa trời dông bão muốn làm thần
Hô phong hoán vũ, đùa gió ngăn mây
Như một thời chỉnh đường đạn đạo
Cho pháo ta dập tắt đối phương.

Hỡi ơi!
Nhân tận lực
Chưa tri thiên mệnh
Hoài bão còn sao nỡ bỏ cuộc chơi
Thể phách nằm yên
Nhưng tinh anh còn đó
Chiếc nón dù còn đỏ máu tim.
Và tình người còn trong lòng bằng hữu
Như chai rượu đầy chưa cạn bạn mình ơi!
Thể phách tinh anh
Làm trai không thẹn
Với những người yêu lính Nguyễn Liêm ơi!

Buổi tiệc hẹn thề, cắt tay nhỏ máu
Chia chén rượu đào, kết tình huynh đệ,
Chưa kịp tụ về
Bất ngờ bão nổi gió thổi mây bay
Hoa dù đã rụng.

Nguyễn Thanh Liêm đã từ giã cuộc chơi
Bỏ lại sau lưng một trời oan nghiệt
Hồn đi xác vẫn ngậm ngùi.
Thôi nhé bạn ơi!
Cõi vô cùng miên viễn
Hẹn nhau gặp lại ngày sau.

Tiễn biệt người đi, nước thay mỹ tửu
Nhang thơm quyện khói vẫy tay chào
Một lạy tiễn nhau
Một lần chào kính
Là thiên thu vĩnh biệt một kiếp người.

Người Đã Về Đâu

Đã lâu thơ đã về đâu
Không nghe chim hót những câu tự tình
Đêm về mơ bóng nhập hình
Cho hoa mãi nở cho tình ngát hương
Hay là thơ đã ngược đường
Như đò đã mục sóng trường giang trôi
Mây mưa đã lạc lối rồi
Ân tình gió thoảng bến đời quạnh hiu

Phòng không đơn lẻ muôn chiều
Ngoài kia đời vẫn ít nhiều xôn xao
Mùa thu ru gió ngọt ngào
Lá bay hoa rụng lối vào cài then
Còn đâu lời nói thân quen
Hóa ra bạc trắng tình đen thói đời.
Đành về cuối Việt rong chơi
Cắm câu kéo lưới khóc cười mình ta.

Thuyền xưa bỏ bến quên nhà
Đôi bờ lau lách gần xa héo sầu
Tiếng chèo khua nước nông sâu
Rung lên điệu nhớ ai cầu ai đây
Ngàn cây, vàng lá khô bay
Thì ra thu đến quắt quay bên đời
Xem như đã vãn cuộc chơi
Tình tan, lá úa, nắng rơi cuối chiều

Đành về mượn gió tịch liêu
Hong khô nỗi nhớ hắt hiu đôi bờ.

Góc Khuất Quân Sử

Mười chín tháng sáu năm xưa
Quân ta tụ hội nắng mưa hợp đoàn
Tháng tư ngày cũ ba mươi
Quân ta rã đám ngậm ngùi còn nguyên

Bây giờ một lứa vô duyên
Tỉnh say đau nhức chẳng yên phận người
Quốc quân Kỳ ngoài còn tươi
Nhưng trong đã héo từ thời nhiễu nhương

Tha phương vẫn vọng cố hương
Nhà nhang khói lạnh dặm trường cách xa.
Mỗi năm tháng sáu gặp là
Rưng rưng nước mắt nhạt nhòa bi ai

Người ơi! Dầu ở trong ngoài
Tự tâm vẫn mãi là người việt nam
Đường đời vốn lắm gian nan
Thế thời đã tận sử sang trang rồi.

Dẫu đời không là rượu mời
Men cay hải ngoại tâm nơi quê nhà.

Mùa Hoa Nắng

Đầu mùa hoa quỳ nở
Nắng vỡ quanh vườn nhà
Nhìn hoa lòng lại nhớ
Em sài gòn đã xa

Những mùa hè yên ả
Không áo lụa sân trường
Vậy mà anh vẫn mát
Bởi có em chung đường

Hoa phượng hồng đỏ cháy
Trong ký ức xa vời
Kỷ niệm xưa sống dậy
Nụ hôn còn trên môi

Mỗi mùa hoa quỳ nở
Vàng lụa trải sân nhà
Trước sau vườn ươm nắng
Như quê ta ngày qua

Quê ta cao nguyên gió
Bụi đỏ vướng chân ai
Những ngày xưa đến lớp
Phải qua dốc Hoa dài

Hoa vàng hoa lớp lớp
Phượng đỏ mắt rưng rưng
Khi trống trường ngưng tiếng
Hè xa còn vấn vương

Đã mười năm hồ dễ
Cầm bằng như hôm qua
Cứ nhìn hoa quỳ nở
Lại nhớ gần thương xa.

Em cao nguyên đất đỏ
Hay sài gòn kiêu sa
Có khi nào còn nhớ
Hoa quỳ vàng quê ta.

Có khi nào em biết
Anh nhớ em, thật mà!

Sông Đợi Bến Chờ

Thuyền neo bến đậu, sông chờ mãi
Người quá giang xưa chẳng trở về
Cho thuyền lịm ngất trong u uẩn
Nước nghẹn rong dồn sóng còn đưa
Làm sao biết được người xưa ấy
Còn sống hay là đã phai phôi
Câu thơ quán gió còn nguyên vẹn
Sao lại lạc nhau bất khứ hồi

Chiều lên nghe gió hờn bi uất
Sông dịch ngàn xưa nhớ kinh kha
Còn ta quá hải ngày vong quốc
Lạc bến bờ xa vẫn nhớ nhà
Chuyện cô lái cũ bên sông lạ
Gác mái sau lần tiễn khách ta
Vẫn còn lưu dấu tình thương nhớ
Nhưng biết làm sao để nói ra

Khi đã hai phương trời chia biệt
Nợ nước tình nhà vẫn cách xa
Xa ngàn vạn dặm trùng khơi gió
Xa cả quê hương đổ nát nhà
Thế thời phải thế ai không biết
Khốn nỗi chiều lên bóng tối dày
Khách quá giang xưa đầu đã bạc
Trắng tay chí lớn vẫn chưa đầy

Thôi đành hẹn lại ngàn sau nhé
Cô lái xưa ơi! Sẽ gặp mà!

Mùa Hè

Mùa hè vắng những tiếng ve
Chỉ nghe rộn rã tiếng xe trên đường
Mùa hè phượng nở dễ thương
Đỏ đầy ký ức sân trường ngày xưa

Dẫu mùa hè trời không mưa
Phố vàng hanh nắng vẫn thưa bóng người
Ở đây nhiệt độ cao vời
Cỏ cây níu gió hoa cười mà đau

Hỏi hè xưa đã đi đâu
Cho trang lưu bút phai màu mực xanh
Mùa hè trường cũ vắng tanh
Từ thời xa lớp biệt đồng hành xưa

Chia tay phượng đỏ hoa đưa
Nhạc ve tấu khúc nắng mưa vào đời
Đã bao năm tháng đổi dời
Sao còn vương vấn sân chơi cổng trường

Sao còn nhớ nhỏ dễ thương
Trâm cài tóc bím má hường ghét ghê
Ngày em bỏ lớp xa quê
Thuyền sang xứ khác câu thề vỡ đôi

Hè xưa tẩn liệm trong tôi
Ngày qua tháng lại bến đời chia hai.
Sắc phượng hồng cũng phôi phai
Xác ve tắt tiếng đông đoài nhớ nhau.

Tại sao

Tôi là ai, ai biết
Tôi là tôi tỉnh say?
Nương đời theo cánh gió
Gió ngược chiều không bay
Đã xế chiều cùng kiệt
Sương trắng điểm mái đầu
Sáng xanh chiều vội bạc
Tôi về đâu đi đâu?!

Một Thoáng Bên Đời

Đời người như lá khô phơi
Hồn bay theo gió mộng vời bốn phương
Chỉ còn lưu lại dư hương
Theo câu thơ cổ Hạc vươn cánh vàng
Ngàn năm lầu các điêu tàn
Thơ còn vương vấn non ngàn lũng sâu
Lũng sâu là huyệt mộ sầu
Hồn thơ bia dựng ngàn sau vẫn còn
Dấu chân xưa người lên non
Vọng lời kinh cũ ngậm hờn thiên thu.

Tóc Mai Còn Sợi Nào Rơi

Trách gì những sợi tóc mai
Ngắn dài vương vấn trần ai động lòng
Cho người sáng đợi chiều trông
Sợi kề bên má sợi hồng son môi
Sợi bay trời đất bồi hồi
Xanh hong nắng sáng bạc rơi mưa chiều
Tóc nay giờ đã trắng nhiều
Sợi buồn ở lại sợi theo gió đùa
Thì ra tóc vẫn theo mùa
Sợi dài biền biệt, ngắn xưa xa rồi

Sợi nào là sợi nổi trôi
Trên đầu sóng bạc từ nơi cuối trời
Trách gì mênh mông biển khơi
Tóc xanh rơi rụng không lời từ ly.

Khai quang

Trên đường tôi khai quang
Xin thắp giùm ngọn nến
Cho lung linh ánh sáng
Soi đời tôi qua đêm
Em hãy là ngọn lửa
Dù là rất nhỏ nhoi
Cũng làm tôi ấm lại
Trên dòng sông lạnh trôi
Đã qua bao biên tái
Đã vượt mấy truông dài
Đã đong bao nhiêu cát
Trên sa mạc hoang khai
Tôi nhìn tôi lần nữa
Sao giống con lạc đà
Con lạc đà nhịn khát
Mơ nước mát sông nhà
Hỏi cát và nắng gió
Thảo nguyên gần hay xa
Sao lung linh ảo ảnh
Như bóng em nhạt nhòa
Giữa hoang vu sa mạc
Hạt cát cũng vô tình
Cuốn theo cơn bão lớn
Cuốn bóng tôi xa hình

Cuối cùng còn hạt cát
Phơi mình đã ngàn năm
Tôi quên tên lạc họ
Theo gió cát biệt tăm.

Trăng soi

Trăng quạnh quẽ soi thềm rêu dáng ngọc
Những kiêu sa tiềm ẩn chiếu chăn đời
Mầm nhục dục sẽ hóa thành phế tích
Nhưng có hề gì một cuộc chơi

Ta tự hỏi trăng già mấy tuổi
Và mỹ nhân đâu thể để bạc đầu
Nên cứ hưởng cứ vui tròn luyến ái
Thời gian qua chăn chiếu cũng thay màu

Ngộ

Ta như chiến mã già
Đã qua bao dặm khổ
Ngang dọc thảo nguyên xa
Nhớ một thời tung vó

Đã qua bao dốc khó
Đạp bão lửa chiến chinh
Vượt sình lầy châu thổ
Qua trận địa quân hành

Vẫn giữ lòng trung liệt
Hào khí của riêng mình
Soi bóng chiều nửa mặt
Mặc sức tàn điêu linh

Thời gian không ngừng thở
Chí lớn vẫn chưa về
Thảo nguyên xa có nhớ
Chiến mã trong cơn mê

Nửa đời qua đã mất
Chỉ còn nguyên tấm lòng
Tạ ơn trời và đất
Dù vẫn còn lưu vong

Ta như chiến mã già
Huyết trào vong quốc hận
Nay như người hành giả
Sắc không, một mộ phần.

Phong linh
gởi nttd

Tôi chợt nghe phong linh gió
gió bận phiêu du trên các đại dương
ơi! Chuông gió mảnh mai và nhỏ bé
lại chứa trong hồn biển lớn muôn trùng
mặc gió cong mình cuộn trên đầu sóng
mặc sóng nhớ thuyền nhớ đến bạc đầu
mặc sông hỏi Cá Hồi về chưa nhỉ
mà sao nghe sóng vẫn xôn xao
nguồn ở trên cao
sông tràn dưới thấp
cá có về dự hội vũ môn
như đời thuyền có mơ về bến cũ
bến trăm năm hóa đá một dáng chờ.

tôi chợt nghe phong linh chuông gió
nhỏ nhoi thôi sao vang tựa hồng chung
như tiếng thiền am
gọi người xa cổ tự
như kinh công phu sáng tối đủ đầy
như bát cơm chay có hương hoa lá
như tình người có phổ độ từ bi

sao chuông gió chẳng mấy khi ngưng tiếng
hay hồn chuông vẫn u uất nhớ người
như tình sông ngàn năm nhớ sóng
như biển đời muôn thuở nhớ người xa.

chuông gió phong linh thiền môn cổ tự
vẫn còn đây mà sao lạnh sân chùa.

Người đi

Người lại đi đâu vắng nhà rồi
Thời gian chờ đợi đã cạn hơi
Về nhanh lên chứ em gái nhé
Đừng để thuyền ta lạc dòng trôi

Dòng trôi ngược nước đong đưa sóng
Sóng vỗ thuyền nghiêng vỡ giấc nồng
Khi ấy người ơi, bờ ly biệt
Chắc đã ngàn xa rã rời trông

Người lại đi đâu để vườn không
Thềm hoang nhà trống lạnh trong lòng
Nắng chiều vừa tắt hoa Soan rụng
Là bóng tối lên sương mênh mông

Trên bến dưới thuyền xôn xao ấy
Sao bỗng gió về theo khói mây
Bóng hình hư ảo xa biền biệt
Như thể hai đầu cách đông tây

Con đường làng nhỏ mưa bong bóng
Hắt vào ký niệm tạt qua song
Cho người ở lại rưng rưng nhớ
Thương kẻ vào nơi chốn bụi hồng

Người đi quên mất lời đã hứa
Giậu cũ bên nhà vắng hương đưa
Gốc soan đã rụng tàn hoa lá
Chỉ còn nỗi nhớ ngậm ngùi xưa.

Thơ Viết Trong Vườn

Bài thơ viết giữa vườn im ắng
cỏ cây cúi mặt gió lặng yên
lời thơ rũ xuống
đau hồn chữ
nỗi nhớ mênh mang sẹo chưa liền
cánh chim phiêu bạt còn xa lắc
tận cuối chân mây
khuất biển đời
không gian chùng xuống
thời gian đứng
ta lại nhìn ta nhớ vườn xa
nhớ vườn hoa bưởi hoa cau nở

trải trắng sân nhà hương ngát thơm
trên giàn thiên lý ai gọi gió
cho ngọn trúc đào lả lơi đưa
ôi, mảnh vườn xưa không lớn lắm
mà sao trùm cả nỗi nhớ ta
mà sao chất chứa nhiều kỷ niệm
chứa cả tròn trăng lẫn nguyệt tà
tiếng độc huyền cầm nhà hàng xóm
vọng qua ngôn ngữ đất miệt vườn
rung câu vọng cổ ai xuống nhịp
cho kịp làn hơi em gái đưa

cái cô em gái tròn trăng ấy
chắc nay, tay đã bận bế bồng
từ thuở xa vườn ra mặt trận
lòng ta luôn vẫn nhớ mang theo

nhúm tóc đuôi gà còn chí chít
má lúm đồng tiền thấy ghét ghê
lại thêm răng khểnh làm duyên nữa
ai nói em quê, em gái ơi!
một ngày về phép thăm làng cũ
mong gặp lại em, em đã đi
theo chồng sang xứ nào xa lạ
bỏ lại vườn không và bến sông.

vật đổi sao dời
tang điền dâu biển
ta xa quê xa cả đường về
lòng vẫn nhớ vườn xưa nho nhỏ
vẫn lớn hơn vườn lớn trời tây
và cỏ cây hương đậm hơn đây
dù vẫn được thường kỳ chăm bón

có lẽ vì quê hương là tất cả
"không nơi đâu bằng chính nhà mình"
có lẽ vì lòng riêng còn nhớ
cô em răng khểnh tóc đuôi gà
xưa mẹ bảo: nhớ người là nhớ đất
như cây còn rễ để sống đời.

câu thơ viết
nửa chừng gió nổi
thổi lời bay ý quyện hồn say.

Thơ Gởi Thanh Tiên

Bài thơ viết hỏi Thanh Tiên
Biết người còn sống hay thiên du rồi
Bao năm vận nước nổi trôi
Treo sầu vạn cổ sóng bồi vọng âm
Nhớ thời áo trắng qua sân
Trường xưa phượng cháy
Đồng môn rực lòng
Qua sân chỉ qua nửa vòng
Là qua cửa lớp em trong anh ngoài
Sao hai chân bước mệt nhoài
Lòng riêng chỉ muốn vào ngồi cạnh em
Nhìn em liếc xéo đã quen
Hề gì cái kiểu trăng đèn thương nhau
Sau này thương thật mới đau
Đôi con mắt sắc cứa sâu lòng người
Những câu thơ chép rã rời
Gởi vào lưu bút giờ chơi mãn rồi
Xa trường xa cả em tôi
Đường ra mặt trận là đời quân nhân
Chiến chinh chinh chiến bất phân
Ngày qua tháng lại biệt âm vô từ.

Ngày về thương tật nát nhừ
Chân nghiêng theo gió hồn phơi bóng chiều
Thanh Tiên như sóng thủy triều
Theo con nước lớn đã phiêu dạt rồi
Bên trời Tây Đức xa xôi
Có còn giữ chút tình tôi thuở nào
Vũng tàu biển vẫn xôn xao
Lòng tôi sóng dậy bạc đầu mà đau.

Hãn Mã Chiều Hôm

Tuổi chúng ta như ngựa già mỏi gối
Ở trời Tây hí vọng nhớ trời Nam
Không qua được con nước ròng sông cũ
Nói gì về thăm lại bến đò xưa

Tuổi chúng ta xưa lão ông bất cập
Nay đã là nhược phận vẫn thương tâm
Tuổi thất thập từ xưa là hiếm có
Thế kỷ này vượt khó bạn ơi!

Trên vòng đua việt dã chẳng hề lơi
Vẫn kiên định hùng tâm tráng khí
Vẫn thắng người dù gió ngược chân run
Tuổi chúng ta đi bằng tim óc
Chứ đâu bằng sức vóc thanh niên
Tuổi chúng ta đã gánh sầu vạn cổ
Thì còn sợ gì
Loạn thế trần ai

Vậy mà sao mỗi lần nghe cáo phó
Cố nhớ xem phải bằng hữu thân quen
Có khi mới tuần qua vừa tiếp chuyện
Vừa cụng ly cùng chúc phúc cho nhau
Thì hôm nay đã nghe tin ly biệt
Không kịp lời nhắn gởi ngày sau

Ai cũng biết đời người sinh tử
Có vô thường mới có thế gian
Sao lúc sống lòng xây tư hữu
Mãi tranh giành phúc lợi cho riêng mình
Phúc lợi ấy là gia tài cố định?
Hay chỉ là
Gió cát bụi hồng
Có được mang theo
Khi qua bờ giác
Hay vẫn chỉ như tay trắng vào đời.

Những câu hỏi, hỏi đi hỏi lại
Có mấy ai đáp được thuận lòng
Chữ xác tín như bàn tay sấp ngửa
Vì mấy ai đo được lòng người
Nhưng đừng sợ vì nợ trần sẽ dứt
Khi chính ta buông bỏ được ta
Là chính ta xóa phù du ảo ảnh
Khi qua cầu sẽ rất nhẹ cánh bay.

Bạn ta ơi! Ngựa già mỏi gối
Nhưng hùng tâm vẫn như ngọn bách tùng
Thân đứng thẳng trên đầu non đỉnh cả
Hồn phiêu bồng theo áng mây xa.

Biết đâu chừng khi thế thời xoay chuyển
Là chúng ta gặp lại bến sông nhà.
Cứ vui lên cho đời thêm sảng khoái
Bạn ta ơi! Chiến mã hí nguyệt tà.

Đêm Ngoài Khung Cửa

Ta như một nhánh phù hư
Như vầng trăng vỡ rơi từ đêm đen
Ta như con dế ngủ quên
Lặng im tiếng gáy giữa hồn nhiên đêm
Đêm như trừ tịch buồn thêm
Bước chân ai gõ đường trên vọng về

Cuối thôn tiếng nấc não nề
Giữa cơn mê loạn gió đè cỏ đau
Cỏ đau từ bụi mía lau
Mặt đường đã cạn xác sầu tả tơi
Thả trôi trên nhánh sông đời
Cuộc chơi được mất một thời đã qua

Đã qua sao vẫn như là
Còn nguyên vết sẹo thịt da chưa liền
Gió vi vu trống ngũ liên
Còn vang tiếng vọng từ miền điêu linh
Đêm vẫn đen bóng xa hình
Hai đầu quay quắt giọt tình buông lơi

Ta như kinh khổ không lời
Như thơ vô tự giữa thời nhiễu nhương
Từ ngày theo gió muốn phương
Trên ngàn dặm lữ vẫn thương xóm nghèo
Con đê vắng ao thiếu bèo
Cỏ khô lúa lụi tình treo khói tàn

Chiều lên sương cũng hoang mang
Về đâu ngọn gió vướng ngang đầu hồi
Ta như sương trắng chiều rơi
Từ trong ký ức hụt hơi thở dài
Phù hư một nhánh trong ngoài
Đã thôi xanh lá đã phai sắc đời

Đã xong một kiếp rong chơi
Sao còn quên nhớ một thời dễ thương
Thời mà tiếng dế miên trường
Ru ta yên giấc mộng thường vây quanh.
Thời gian thường qua rất nhanh
Ta như con rối em thành bướm đêm

Bướm trên xác lá hoa mềm
Tình trong trí nhớ bên thềm ngủ yên.
Bài thơ ta viết lời điên
Em là ý loạn vần nghiêng hững hờ
Hóa ra đời chẳng là mơ
Chỉ là ảo ảnh khói mờ sương vây.
Đêm nghe dế gọi hồn cây
Như đàn lạc điệu vì dây tơ chùng.

Hoài Niệm Những Đời Văn

Văn bút một thời chỉ còn là hoài niệm
Chữ nghĩa biến hình đông đặc nằm yên
Trong ngăn nhớ khi mờ khi tỏ
Khác gì chiều chạng vạng giao thời
Nắng thoi thóp
Đêm đen vây cứng
Ý ngủ quên trong huyễn mộng rã rời
Viết viết mãi
Viết hoài không nghỉ
Đâu có còn là thiên chức của nhà văn
Đường chữ nghĩa không ai rào mà cản
Ý ngôn từ bất động giữa thiều quang
Lứa chúng ta
Dưới, trên bảy chục
Và xuân xanh đã cành nhánh khẳng khiu
Cố tri tâm
Lại quên dữ liệu
Viết được gì khi tay chẳng nương tay
Cây bút bỗng trở thành quá nặng
Những ngón run khó gõ chữ tròn
Lòng vẫn nhớ một thời viết lách
Hỡi ơi!
Ý trung, tâm ngoại. Khó dung từ
Con nước lớn nước ròng ai chẳng biết
Tuổi già sức cạn. Dĩ nhiên
Nhưng sao không cố khơi ngọn lửa
Trong trái tim hơi thở nhọc nhằn
Được chút nào là hay chút đó

"Có hơn không" định luật sống đời
Cố lên đi bạn già ơi! Đừng nản
Dở bây giờ hay ở ngày sau
"Gừng càng già càng cay" bạn ạ
Cứ viết ra những ý thật thà
Ở thời nào cũng có người cần chữ
Vì chữ là "hồn nước" ở trong ta.
Chưa nói đến viết là nghiệp dĩ
Nợ văn chương ai tránh được đâu.
Ai đã từng chính danh chấp bút
Một lần thôi là cả một đời
Còn đang sống còn buồn vui sướng khổ
Trên đường văn cần lắm những hương hoa
Để nuôi mầm niềm tin và hy vọng
Cho ngày sau trời đất mãi giao hòa
Viết. Cứ viết thêm bạn nhé
Chữ nghĩa khó coi vẫn có người cần.
Nếu bạn đã thành danh văn nghiệp
Tự thỏa mãn mình ngưng bút. Chữ rơi
Là tự mình phá nhà mình đã dựng
Của một thời bơi ngược dòng đời
Của một thời vắt tim nhỏ máu
Thì đường văn đời chữ cũng tắt hơi.

Nói với bạn "bên trời một lứa"
Là chính tôi đang nói với tôi
Tự biết mình tay run mắt mỏi
Viết chẳng dài hơi
Bàn phím rã rời
Là đã biết thời gian cùng kiệt
Nhưng vẫn cố theo những đời chữ không vui
Như "một chút mặt trời trong ly nước lạnh"
Vẫn long lanh ánh nắng cuối chiều.

Mây Xám Bên Đời

Mây chì xám đặc vây xứ lạ
Sao thấy như quen ngỡ quê nhà
Nhớ thuở sang sông bờ bất định
Sóng nước liền mây giữa chiều tà.

Hai chữ tự do tan từng mảnh
Trước mặt tương lai mịt mờ xa
Thuyền lạ hải hành không dừng lại
Cho ảo ảnh ta thêm nhạt nhòa.

Từ đó ta như mây bất định
Cát bụi phong trần thân tàn binh
Sống giữa đất trời mà ngơ ngác
Như thể bóng ta đã mất hình.

Đám bạn ngày xưa thời quân ngũ
Vẫn cứ cười khan gọi tìm nhau
Như ngựa lạc đàn đau tàu cỏ
Hí vọng vô âm thảo nguyên mù.

Nào biết về đâu thân lưu xứ
Trên đường gió cát vẫn vô tư
Hoang mạc cuộc đời mênh mông quá
Lạc đà thiếu nước cũng ngất ngư.

Ta qua biển nắng qua núi tuyết
Không đếm thời gian lững lờ trôi
Cũng đã hai thập niên biệt xứ
Bốn chục năm hơn nước nhà tan.

Ngày xa nước ấy xuân xanh tóc
Nay đã chiều hôm sương trắng đầu
Quê ngoại vườn xưa điêu tàn lắm
Nhà nát tường xiêu theo bể dâu.

Mẹ còn đâu nữa mà tựa cửa
Mong con lưu lạc sớm quay về
Nhang khói đã tàn theo binh biến
Nền đất nhà xưa mất dấu rồi.

Nghĩ lại một thời say chinh chiến
Bảo vệ quê hương giữ đất trời
Cuối cùng có được gì không nhỉ
Ngoài tấm huy chương hai mặt thôi.

Vậy mà cũng lạc theo dòng nước
Nước cuốn bèo trôi thân tả tơi
Ta chẳng khác gì quân tốt thí
Bị đẩy sang sông ngược đường bơi.

Sóng lớn gió to dồn dập đủ
Đưa ta vào lồng lớn nhà tù
Mười năm cân đủ mười năm lính
Lệ, máu, mồ hôi uất thiên thu.

Rồi cũng vượt qua đời khổ nạn
Bên trời phiêu dạt nhớ gian nan
Nhớ quá một thời xuân xanh ấy
Nước mắt nhà tan cuộc chiến tàn.

Có người cười bảo quên hay nhớ
Có được gì khi bàn cờ tan
Lòng tự nhủ thầm: cờ tan thật
Nhưng là lính cũ: máu vẫn còn.

Chẳng dám nhắc thêm thời biến loạn
Chỉ biết nhìn nhau nén bi ai.
Đang sống ngàn xa trời đất Mỹ
Trông mây tâm động mới lạ kỳ.

Bóng Chiều Hoang

Hình bên kia núi bên kia biển
Bóng ở bên này nhuốm tà huy
Đợi chờ đã tận cùng năm tháng
Sao vẫn ngỡ như là mới đây
Hình đi như cánh chim qua núi
Bóng nhập chiều hoang lau lách khô
Có còn gì nữa ngoài vết cắt
Đau nhức còn nguyên giữa chiều tà.

Gió ngược

Gió ơi gió! thôi đừng xào xạc nữa
bụi trúc vàng đã xơ xác cành khô
gió ơi gió! thôi đừng hát nữa
theo tiếng đời rệu rã lúc đông sang
trên dốc núi bóng người qua. đứng lại
mắt vô hồn như tượng đá trăm năm
có tiếng chim xé trời khi lạc bạn
vọng núi xa vách đá cũng nghiêng xiêu
trong bóng chiều chập chờn chút nắng
như giỡn mặt đời đêm tối lên
hoa xếp cánh lá rũ cành lặng lẽ
đã chiều hôm.
sương trắng bạc tóc sầu
lòng sao vẫn ngẩn ngơ theo gió hú
từ hoang tàn quá khứ nào xa
từ bếp lửa hắt hiu trong ký ức
mái tranh nhà xiêu vẹo tháng năm qua
khói lam chiều một thời có Mẹ
có hương nồng hoa bưởi hoa chanh
giàn thiên lý quanh năm xanh biếc
hoa cau già rụng trắng vườn sau

ta những muốn trở về thăm quá khứ
đã bao năm chắc đã điêu tàn
cây bông sứ có còn bên mộ Mẹ?
hay cũng rã rời theo xác hoa rơi!
giọt lệ thừa như giọt mưa trên lá
chỉ nhìn qua cũng buồn quá đi thôi
giọt lệ rơi trên đời trôi nổi
có được gì ngoài nỗi nhớ rưng rưng

lòng tưởng tiếc.
tiếc là đáo hạn
vẫn chưa về thăm lại cố hương
trời vẫn gió vẫn xào xạc lá
đã cuối thu vàng lá nâu khô
đứng trước gió
gió chuyển mùa se lạnh
từ lòng ta hay từ gió đông về.

bên bờ quạnh
vẫn hiu hắt gió
ta và ta cười khóc với phận mình
gió ơi gió! thôi đừng thổi nữa
cho riêng ta tâm tịnh giữa dòng trôi.

Gởi Người Bất Chợt Mùa Xuân

Chỉ là bất chợt xuân thôi
Mà sao xao xuyến lòng tôi thế này
Dường như ngọn gió heo may
Sắt se nỗi nhớ bóng mây cao vời

Quê xa còn đó một thời
Để yêu để sống theo đời lưu vong
Quê xa trái đất nửa vòng
Chút xuân bất chợt nát lòng người đi

Người đi đốt hết xuân thì
Chợt quên chợt nhớ ướt mi lệ nhòa
Chỉ là chút gió lạnh qua
Trời ơi! Thương quá quê nhà nao nao.

Việt nam xa, dẫu phương nào
Trong tôi vẫn đậm sắc màu chân quê.
Chút xuân chút gió chút mê
Nửa đời lữ khách mơ về chốn xưa.

Xuân Đông phương nắng hay mưa
Trời Tây hoa tuyết đong đưa sợi buồn.

Thêm Rượu Mừng Xuân

Rót thêm cốc nữa, mời ai nhỉ? *
ngoài bóng với hình giữa tịch liêu
vườn nhà cây rũ trời đông tái
lạnh quá đi thôi gió ngược chiều

ngược chiều gió tạt đau phiến lá
thấp thoáng đêm về mộng du phiêu
quạnh vắng hiên nhà riêng một góc
rót thêm rượu phạt ấm thân nghèo

phận người như lá vàng thu rụng
đã mấy thập niên đã muôn trùng
vẫn còn quay quắt theo niềm nhớ
quê nhà thiếu lửa vẫn lưu vong

tam sinh hữu hạnh đâu còn nữa
ta bóng mời hình chén rượu suông
ngoài kia gió bắc lay cành trúc
đào hoa không nở giọt sầu vương.

Tờ lịch cuối rơi năm tháng tận
Mừng xuân chạm ngõ chút phước phần
Thôi đành tự phạt thêm chén nữa
Đời chẳng thành công cũng thành nhân.

*thơ trần vấn lệ

Cánh Hạc Xa Vời
gởi Monique

Người là tiếng Vạc kêu sương
Hay là cánh Hạc vấn vương đêm dài
Lời ca nốt nhạc bi hài
Bổng trầm khó đoán giữa hai bến bờ
Tình người ai gởi vào thơ
Dường như thiếu ý hững hờ vì đâu
Cứ như người ở giang đầu
Còn ta giang vĩ sóng sầu đong đưa

Cân đo đong đếm thiếu thừa
Trăm năm hồ dễ khó vừa lòng nhau
Vô duyên đối diện từ đầu
Hữu duyên xa lắc nối cầu tương giao
Trường giang sóng, sắc ba đào
Thuyền ta nghiêng ngửa, vó câu độc hành
Người là cánh Vạc mong manh
Vượt qua đường gió lạnh tanh riêng mình
Hay là cánh Hạc hữu tình
Vượt ngàn dặm lữ tìm hình bóng rơi…

Hai Màu Áo

Gần nhau thật như giỡn chơi
Chỉ vì màu áo đạo đời cách phân
Áo đời xơ xác phong trần
Đạo bào sương khói ngại ngần nhẹ trôi
Chỉ là màu áo khác thôi
Mà sao khác cả ý lời nói ra
Rất gần mà lại hóa xa
Mặt bàn không rộng, lòng ta cánh buồm
Ảo mờ sương khói chiều hôm
Giấu trong màu áo ủ hồn thương vay
Lam chiều tà áo ai bay
Ngang qua nỗi nhớ quắt quay thế này
Thiền môn cửa khép lại ngày
Chiều hôm nắng tắt sương bay trong đời
Chỉ là cách mặt bàn thôi
Mà sao như cách biển trời mênh mông.
Hóa ra mộng mị sắc không
Có đấy mất đấy hoài trông được gì.

Hoa Trong Gương Trăng Đáy Nước

Người là hoa trong gương
Hay là trăng đáy nước
Cho ta say khướt khúc đường thi
Cứ cạn chén đầy. lại đầy chén cạn
Đã mấy mùa qua mấy nguyệt tà
Vẫn trải lòng ra trên chiếu rượu
Vẫn cùng chia giọt nước mắt quê hương
Với bạn đồng niên
Một thời lính lác
Mỗi lần gặp lại mỗi xác xơ

Mấy gã lưu linh
Mấy ngài Lý Bạch
Vắt chân chữ ngũ luận cổ suy kim
Ôi những trích tiên
Hay là chốt thí
Dẫu cố ba hoa có được gì
Vậy mà cứ luận bàn văng bọt mép
Như gà đá cựa đã say đòn
Múa gậy vườn hoang
Vườn hoang phế
Cuối cùng tro bụi cũng nhan hồi

Nước cứ xuôi dòng ta chảy ngược
Như người Tôn Tẫn lạc xuân thu
Chỉ một chữ cuồng danh bất biến
Đâu ai nhàn rỗi luận hơn thua

Người hoa trong gương. gương sẽ vỡ
Ta trăng đáy nước. nước khuất mờ
Chỉ còn lại chữ nhân nghĩa cũ
Ai giữ cho ai giữ được gì.

Ai bạn cố tri còn có nhớ
Chén rượu sông hồ thuở điêu linh
Bên trạm dừng quân dăm ba đứa
Gõ bình cạn rượu đợi quân hành

Đâu sợ đường xa ra mặt trận
Thì đâu có ngại đối giặc thù
Bao lần vượt thoát qua cửa tử
Lại thêm lần nữa có sao đâu

Cứ như hảo hán Lương Sơn cũ
Ngửa cổ cười khan tống tửu hành
Thay trời hành đạo bao năm tháng
Cuối cùng cũng lụy với ngụy danh

Hoa ở trong gương dầu có đẹp
Trăng tròn đáy nước có lung linh
Hỡi ơi tất cả là ảo ảnh
Một thời quân ngũ cũng tàn binh
Có được gì đâu ngoài chiến bại
Tiếc là chưa chiến đã bại rồi.

Thôi thì đã cuối đời quạnh quê
Mời nhau cạn nốt chén sông hồ
Mai kia về đất thành cây cỏ
Cỏ biếc xanh tươi phủ mộ người.

Sóng tình

Tình yêu trôi trên biển
Sóng sóng dập về đâu
Ta dã tràng xe cát
Thương sóng xa bạc đầu

Tình mênh mông biển cả
Người và ta bọt bèo
Nước ròng chờ nước lớn
Thủy triều lên chìm sâu

Sông nào không ra biển
Dù có lạc nhánh trôi
Cũng có ngày tao ngộ
Mặc sóng gió dập vùi

Người và ta cứ thế
Trôi theo dòng gian nan
Sông mịt mù quá khứ
Biển mênh mông sóng dồn

Chút tình yêu sót lại
Là ý tình không phai.

Anh Những Muốn, Em Ơi! Vẫn Muốn

Anh những muốn
Đêm dài thêm chút nữa
Để cho em ở lại đừng về
Anh những muốn
Em ơi! Nằm yên đấy
Để cho anh cúi xuống vỗ về
Để cho anh úp mặt cận kề
Mặc vũng lầy bùa mê thuốc lú!

Anh những muốn, em ơi!
Muốn nữa
Thêm lần yêu cho ân ái tràn trề
Giữ riêng mình trái cấm lẫn si mê
Dầu cho phải trầm luân
Đời khổ nạn
Anh xin vâng
Bất hối thật lòng
Vì tình yêu muôn đời có thật

Anh những muốn, em ơi! Anh muốn
Nửa kia là vĩnh viễn của riêng anh
Dẫu đó là trái cấm độc chẳng lành
Hay xanh lá địa đàng và mật ngọt
Mặc chung quanh có đầy mầm tội lỗi
Anh vẫn xin vâng
Nhận tội bình thường

Nhưng tội gì
Ngoài tội yêu chân thật
Xác lẫn hồn dâng hiến riêng em
Anh vui nhận phần mình trái cấm
và lời nguyền trấn yểm tự ngàn năm

Anh vẫn xin vâng
Nhận đời khổ mạng
Vì em ơi!
Anh sinh ra và sống
Để yêu người muôn kiếp
Thế thôi.

Anh những muốn, ngàn lần vẫn muốn.

Trên Dòng Sông Chảy Ngược

Đời như dòng sông chảy
chia nhiều nhánh phiêu du
tôi - nhánh nào lạ quá
sóng vỗ từ hoang vu
qua ruộng đồng hồ cạn
qua truông vắng rừng tàn
qua những đồi cỏ dại
qua thung lũng thu mây
nhánh sông xa vẫn chảy
đôi lúc nghẹn dòng trôi
rồi những cơn mưa rớt
mang nước thượng nguồn về
nhánh sông xa chảy ngược
qua những miền nhiêu khê.

dòng sông đời sóng lớn
tôi như ngược thời gian
vượt qua bao khốn khó
nổi trôi theo thác ghềnh
một đôi khi dòng chảy
tự ngừng và nghĩ suy
bên kia triền đá dựng
dốc cao giấu điều gì
sao thời gian đi mãi
cho ngày tháng hững hờ
cho tình người trôi chảy
về biển lớn vô bờ
đại dương là bất tận
sóng vẫn vỗ ngàn khơi

đời vẫn còn nghiệt ngã
tình đời rệu rã trôi
dòng thời gian như sóng
vẫn vỗ ngược đời tôi
ôi! từ hình xa bóng
mãi ngậm ngùi chia phôi
dòng sông nào trở lại
cho ta tắm hai lần
người đi là đi mãi
chia biệt ngàn thu phân

ai lưu tình cổ nguyệt
đồi gió hú quạnh hiu
dòng sông xa chảy ngược
ru đời tôi nghiêng xiêu.

Thu tịch

Ngọn gió thu về bỗng nhiên trở lạnh
Nắng mơn man trên phiến lá ngỡ ngàng
Trong cô quạnh hồn thu rung nhịp thở
Thu của người hay của đất trời
Sương sớm long lanh
Hay mưa chiều vội vã
Cũng chạnh lòng mạt khách đợi sang sông

Người ở lại bên hiên nhà vắng
Cũng thẫn thờ theo ngọn gió xanh xao
Ngẫm lại mình hư hao từ thuở
Xa, quê xa, trăn trở phận đời
Thu hoài cảm hay thu đa cảm
Giữa quạnh hiu tưởng nhớ xa xôi
Vẫn bên trời
Cánh chim đơn lẻ
Thu đến từ đâu và về đâu
Từng phút chắt chiu từng giây tưởng tiếc
Có còn gì ngoài ngăn cách dài lâu

Thời đại dịch mùa thu vẫn đến
Theo vòng xoay bất dịch càn khôn
Người đợi lên thuyền
Thuyền đã chật
Người nhiễm siêu vi ai xét vé đâu
Người đợi thuyền vẫn vàng thu đứng đợi
Nhìn lá bay thả mộng hồn nhiên

Ngày cuối thu mưa không hẹn dứt
Lá xanh kia cũng phải đổi màu
Dẫu kháng sinh có đầy diệp lục
Lá thu vàng có đợi mùa đâu

Khác gì ta cứ hồn nhiên bước tới
Dù cuối đường
Cũng đã trải đời vui
Nhưng hỡi ơi! Trong vui buồn không ít
Vì phận người đã ấn định thời gian
Thôi thì cứ hãy như thu vàng lá
Rơi rụng về đâu biết làm gì.

Có người bảo: cõi vô cùng có thật
Ta tự trào: thật giả khác gì nhau.

Tháng mười mùa thu 2021

Vọng Nguyệt Trên Gác Gió Hoang

Trăng giấu mặt bình sake chưa cạn
Rượu nguội dần theo gió hắt hiu
Đêm chờ trăng
Hoa quỳnh lan chưa nở
Thèm chút hương thơm từ vườn hoa trầm tích
Đã nhiều năm lau lách tật nguyền
Tiếng chó tru dường như vọng nguyệt
Đom đóm chập chờn đã nửa khuya
Thả tiếng thở dài rơi trên chén đắng
Chẳng hương hoa sương lạnh thấm chỗ ngồi
Tôi là tôi hay là pho tượng sáp
Trong phòng triển lãm không vách ngăn
Gió xoi mòn từng phần da thịt
Chạm buồng tim những ngăn nhớ rã rời.

May còn chút ngậm ngùi giấu kín
Chỉ để dành tâm sự cùng trăng
Trăng thiên thu hết tròn lại khuyết
Như phận người định sẵn phải phân thân
Nửa cho mình nửa kia cho ai đó
Luôn nhập nhằng trong hai chữ tình ân.

Trên gác gió hoang tàn trăng chưa đến
Dẫu chỉ là một mảnh trăng lu
Đã quyết lòng theo thuyền trăng sông gió
Tả tơi đời phiêu hốt cùng mây
Vẫn không trách, trách gì trăng tròn khuyết
Thử đấm ngực mình kinh sám hối chưa thông.

Vẫn chờ trăng trên lầu xiêu gác gió
Như chờ em đêm nguyệt động trở mình
Lâm sàng huyết hoại
Lòng bất hoại

Đã bao mùa thu úa những đời hoa
Đã bao mùa trăng tàn tạ vỡ toang
Từng mảnh nhỏ cứa hồn hoang phiêu hốt
Trong hôn mê nghiêng ngửa ánh trăng nhòa

Ta tự đánh thức ta cùng vọng nguyệt
Cạn chén sa kê múc trăng đầy
Tâm kỳ vọng nhưng đời bất vọng
Trăng đã mờ xa tan loãng cuối trời.

Và từ đó trăng thu không còn nữa
Chỉ còn ta hóa đá vọng nguyệt tà.

Mười Năm Lại Nhớ

Mười năm ta sống ở rừng xa
Cây vây lá phủ
điệp trùng nắng mưa
Ngày về phố thị đường xưa cũ
Sao thấy người đông nhưng chẳng quen
Nhà ngang cửa dọc như rào kín
Vây chặt đường qua biết lối nào
Bước chân lạc lõng đành lê bước
Cố tìm lại chút dấu tích mờ
Căn nhà hương hỏa bao mưa nắng
Ở góc vườn xưa có còn không
Cây me đầu ngõ còn ra trái
Hay đã lụi tàn theo tháng năm

Tự hỏi mình thôi chứ hỏi ai
Chung quanh là tiếng lạ miền ngoài
Khó lòng nghe rõ câu được mất
Chưa kể ánh nhìn chứa hoài nghi.
Nhà xưa tọa lạc gần đường lớn
Nay đã lùi sâu hút ngõ xa
Cây me trơ gốc khô tàn mục
Cổng rào nghiêng đổ theo nắng mưa
Nhà hoang cửa vắng người cũng vắng
Bóng Mẹ xiêu xiêu cạnh bếp nhà

Ta về
Khi bóng chiều đã ngả
Mẹ nhìn không ra mắt lờ mờ
Khi nghe tiếng gọi người ngơ ngác:

Thằng hai. Con đã về đó sao
Hỏi ra mới biết đàn em nhỏ
Lưu lạc vùng cao kinh tế xa
May còn có đứa ra biển lớn
Nhưng chẳng có tin chẳng biết sao
Bồi hồi Mẹ nói trong hơi thở
Có chút nghẹn ngào khó tròn câu:
Phải chi hồi đó con lấy vợ
Thì nay Mẹ đã có cháu rồi
Hàn huyên tâm sự trong nước mắt
Mẹ góa con côi đã nửa đời.

Từ đó đổi đời theo vận nước
Khoai sắn thay cơm sống qua ngày
Tôi lên đường lớn như xưa ấy
Nhưng làm trâu ngựa kéo xe thuê
Chiều về mệt lả bên giếng nước
Dường như nước cũng đã cạn dần
Mẹ ra lay thức: vào con nhé
Vào ăn khoai nóng mới hấp xong
Trần ai khoai củ trần ai thật
Cũng đã mười năm chạm mặt đời

Luôn vẫn dặn lòng mai trời nắng
Thế nào cũng phải thế thôi mà.
Chính nghĩa ngàn đời luôn tất thắng
Cứ vững niềm tin để sống đời.

Cứ mỗi mười năm ta lại nhớ
Đổi đời là đổi cả cuộc chơi
Cuộc chơi trần thế trăm năm tận
Ta sẽ về đâu sẽ đi đâu.

Sài Gòn Đại Dịch

Mùa đại dịch là mùa ngăn cách
người gặp người khó nhận ra nhau
nên làm sao để mặt mừng tay bắt
những vòng ôm thân ái đã đi đâu
chiếc khẩu trang
che nụ cười rạng rỡ
trên dung nhan còn đôi mắt lo âu
nếu ai phải
giấu ánh nhìn sau cặp kính
thì chỉ còn thấy tịch mịch buồn sâu
những chuyến bay
mây ngăn gió cản
đời hải hành ghé bến ngủ quên
vòng thời gian như quay chậm lại
người gặp người ngơ ngác hỏi ai đây?
những dòng sông như lạc đường ngưng chảy
sóng không lặng yên trong nỗi bồn chồn

phố xá gần xa
vắng như chợ chiều ba mươi tết
nhà nối nhà khép cửa dõi trông
những người phu quét đường ngưng chổi
rác bay theo gió lốc chiều hôm
mang vi trùng vô hình vô tướng
đến mọi nơi vương vãi chiêu hồn
những nỗi lo âu
dồn theo cơm áo
cấm chợ ngăn sông
thực phẩm cạn rồi

tin mới đưa ra quận xa phong tỏa
chưa đến tai người thì ngăn cách quận gần
cứ thế lây lan
như dây chuyền chằng chịt
cứ mãi dài thêm vây ngõ ngách thị thành.

gần hai năm chưa tan dịch cũ
lại có thêm dịch mới trùng sinh
mùa đại dịch nói sao cho hết
dân hỏi quanh chính phủ đâu rồi
câu trả lời là lặng im sau trước
chế độ bạo quyền vẫn giả điếc giả câm

người dân đen nghiến răng uất hận
chỉ biết xin trời qua khỏi nạn tai.
người sài gòn
xin tan mau đại dịch
không phải cho riêng mình
mà cho cả toàn dân.
không chỉ sài gòn mà còn nhiều nơi khác

Ngày mai trời sẽ sáng phải không?!

Sau gần 2 năm covid 19
Tháng 9/2021

Sài Gòn Bạn Cũ Điêu Linh

Nhớ sài gòn nhớ bạn bè lũ khủ
như thực hư của hảo hán lương sơn
khi hóa thân làm hàng thần lơ láo
cũng rã bầy vỡ mộng thế thiên

phiên chợ chiều 30 đã văn
đứa đạp xích lô. đứa rao vé số
gót chân mòn theo phố thị đông người
người lạ ở đâu mà đổ về quá mức
hóa ra là người "giải phóng" miền nam
giải phóng miền nam một thời trù phú
nay hóa thành vô sản nông nô.

người vẫn đông
đông như trẩy hội
người chen người. nhà dọc nhà ngang
tư bản đỏ mặt mày vênh váo
lại còn thêm áo gấm về làng
người chen người. nhìn nhau vô cảm
tim việt nam đông máu tự hôm nào
ngày mất nước phe ta còn nhớ
bắc việt tràn vào như cuồng lũ xâm lăng
bao máu lệ một thời đã đổ
còn lời nào để nói trối trăng

này bạn ta ơi!
mai kia về lại
biết có dịp ghé ngang
cà phê nhân gần bên chợ cá
hay là hầm gió võ tánh xưa.

biết tìm đâu thanh bạch. brodard
quán cái chùa có còn không nhỉ
sao tụi mày bán vé số quanh đây
bán hy vọng cho dân đen cùng khổ
hay bán chính mình trên chữ số không may.

sân khấu đời có thêm bài bản mới
diễn viên tồi vênh váo xênh xang
ngồi tận chiếu trên
đâu nhìn xuống dưới
khi người thầy "mất dạy" lang thang
và cô giáo trông chồng đợi cửa
tận chiều hôm lửa tắt không đèn

ôi! kỳ diệu sài gòn một thuở
và bây giờ đã khác nhau xa
nhưng là lính. như đời ve lột xác.
mỗi hằng năm mỗi trỗi dậy bi ca
bao kỷ niệm còn nguyên trong máu.
vẫn nhắc ta nhớ bạn gần xa.

lũ bạn trời ơi! chậm chân kẹt lại
cúi mặt xuống đời sỏi đá cũng đau.

thằng bạn phi công - gác dan xí nghiệp
lương kỳ hai triệu thấm vào đâu
sân khấu đời thay màn đổi cảnh
vẽ mặt cười là chất ngất niềm đau
vì thê nhi mà kẹt lại sân sau
khi cả nước biến thành nhà tù lớn.

gã bạn pháo binh. súng to không chạy được
cũng nhập dòng lây lất mưu sinh
cô vợ trưng vương - áo dài cắt ngắn
tóc bạc da chì. ngồi đếm cọng rau già
những thứ ngày xưa nấu chung cám lợn
bây giờ là đặc sản nhà hàng.
đời đã đổi. đổi thật rồi không trật
thương phận người nước mất nhà tan

lại chợt nhớ bạn hồ lôi "lôi hổ"
thường lai rai ở ông tạ ngã ba
quán cờ tây của Kiếm đen nức tiếng
xị đế đưa cay cũng thấm đời
cà phê thăng long
thơm lừng hẻm nhỏ
có cô em ưa mặc áo cánh sen
có đôi mắt đen như hạt nhãn
bạn ta mang theo ra tận chiến trường.

nhớ thằng bạn "cọp ba đầu rằn" thứ thiệt
phút cuối cùng còn vác súng lên rừng
tụ nghĩa không thành
về làm nghề vác mướn
gánh đời mình qua những chuyến đò ngang
phải kể thêm thằng em dao búa
dân quận tư tôn đản ngày xưa
làm lính địa phương quân
trấn nhà bè một thuở
nay hẩm hiu bán thuốc lá bên đường
ôi những mảnh đời
anh em thất trận
vẫn lang thang trôi nổi phận người.
như thằng bạn mũ xanh thủy quân lục chiến

tiểu đoàn 2 lừng lẫy "trâu điên"
nay nương thân trong hẻm cùng ngõ cụt
nhặt ve chai đồng nát sống qua ngày
khi gặp rồi vẫn chi tớ ông tôi
đối mặt nhau vẫn ngất cao hào khí
cạn, cạn ly hát khúc hồ trường.

anh bạn nhảy dù
thoát chết ngày tự sát
còn một chân lê lết khắp nẻo đường
bắt mối xe đò bán chui vé lậu
chiều về ngủ chợ hứng phong sương
tấm áo hoa dù
bạc màu năm tháng
thoạt nhìn qua như gã cái bang
vậy mà khi rượu vào râu tóc dựng
vẫn cứ như đang quyết tử không hàng

cũng có đứa làm cắc kè đổi sắc
cởi áo thay hình không biết nhục vinh
nhìn anh em ra chiều khinh thị
chữ chi giao phấn thổ lâu rồi

nhớ sài gòn trời ơi! nhớ quá
một khoảng đời tận hiến đã qua
tuổi thanh xuân chưa đầy chí lớn
nay ngậm ngùi đếm bước lưu vong
nhưng nhất định không quên bạn hữu
bạn một thời ngạo nghễ chiến chinh

trong trí nhớ còn nguyên hình bóng cũ
vẫn hào hùng và huynh đệ chi binh.

Thu Đã Xa

Ngày xưa hà nội vào thu
lá vàng sóng biếc sương mù vây quanh
Thâm Tâm còn khúc biệt hành
rơi vào tĩnh lặng xây thành khói mây
hóa hình tình gió ru cây
thiên thu dư ảnh gió bay phương nào.

vào thu tháng chín rồi sao
vàng lên mấy độ xanh xao giang hà
hồ xưa thủy thượng yên ba
còn vang tiếng sóng sông xa gọi người
về đâu áo trắng một thời
mùa thu tháng chín bên đời nhớ nhau

Thu tạ

Bên kia biển người ơi! có nhớ
Có một thời yêu
Dấu ái còn đầy
Như vết xâm trên da không nhạt
Như môi thơm còn đậm màu son
Đôi mắt xưa có còn xanh biếc nhớ
Hy vọng tràn như mỗi sáng nắng lên
Nắng vẫn vàng đong đưa thu hoài niệm
Như đời chim nhớ núi tìm về
Vỗ cánh bay còn rớt lại đam mê
Ngày chạng vạng bóng chiều trên biển cạn
Ta là ai mà mãi nhớ xa xăm
Vẫn cách biển
Vì đời còn mở cổng
Vườn thu ta nào đâu có ai rào
Lá vẫn mãi vàng lên theo nắng
Gió vô tư lui tới bất thường
Thời gian trôi dòng trôi bất tận
Đâu có ai xây được tường ngăn
Và vì thế tóc xanh giờ đã bạc
Rót buồn hiu theo chiếc lá khô bay
Ấy vậy mà
Vẫn miên man tưởng nhớ
Một dung nhan kiều mị đã chia xa
Lòng tưởng tiếc theo tiếng đời ray rứt gọi
Khan giọng tình bạt gió trùng khơi
Gió ơi gió sao đùa chi cho sóng nhảy
Nhảy miên man nên sóng sớm bạc đầu
Ta về đâu như cánh chim không tổ

Gió đại ngàn xô lệch những đường bay
Chiều rã rơi
Nắng vàng thoi thóp thở
Gió chuyển mùa
Thu lặng nhớ nhung ai
Bên kia biển người có nghe biển hát
Khúc tương tư từ điệu lý qua cầu
Cầu đã gãy bóng xưa mờ nhân ảnh
Sao mỗi thu về
Nỗi nhớ chẳng hề phai.

Chiều chạng vạng thu về trên mái tóc
Từng sợi rơi trắng cả hiên nhà
Biển vẫn cách xa cầu nại hà trước mặt
Người đi đâu và đã về đâu.
Ta khóc ngất bên trời xa hoảng loạn
Thu ơi thu ai đếm được mùa qua.

Trường mộng

Nỗi nhớ dài thêm đêm thao thức
Thời gian ngắn lại giấc mơ tàn
Biết chẳng được gì sao trăn trở
Mỗi ngày như mỗi thấm cường toan

Từ độ xa nhau lòng những tưởng
Đèn dầu đã cạn tắt mùi hương
Sao vẫn chưa xong lòng day dứt
Còn đầy luyến ái mộng chung đường

Có được gì đâu được gì đâu
Mà sao còn vương vấn sắc màu
Tình yêu luôn có mầm độc dược
Biết thế mà sao vẫn chờ nhau

Thôi đành diện bích sau khung cửa
Hồi hướng đêm lồng bóng hình xưa
Biết đâu lại gặp người xa cũ
Hưởng chút dư hương nhang khói đưa.

Nỗi Buồn Hãn Mã

Ta ngựa già chân mỏi
Vượt muôn dặm sơn khê
Ngậm hờn đời hãn mã
Quay về bến sông mê

Lời người xưa phủ dụ
Chinh chiến mấy ai về
Từ thiên thu đã thế
Sao vẫn còn trầm mê

Ước gì người còn đợi
Ta ngựa chiến đã già
Vó câu mòn bờm bạc
Thâm tâm vẫn thật thà

Thân ngựa hờn tan tác
Như lá khô lìa cành
Trông trăng lòng hí lộng
Mưa lệ đời vây quanh.

Giọt nào rơi khô khốc
Giọt nào rơi lăn nhanh.
Biết người xưa có nhớ
Chút tình ta ngày xanh.

Mơ ngày hanh nắng tới
Ấm mùa đông lạnh tanh.

Nghịch vận
tặng trần hoài thư

Người như lão trượng trên đồi gió
Khói núi mây treo đã bạc đầu
Người như tráng sĩ bên triền thác
Ngẫm chuyện xuân thu rất dài lâu

Nước chảy rã cờ bao nhiêu cuộc
Thương điền tang hải bái vọng sầu
Tre trúc vẫn vươn cao vời vợi
Xót đời hồ mã hí bắc phong

Người như ngựa ngã bên ghềnh đá
Ngửa mặt cười khan luống ngậm ngùi
Mỏi vó câu dồn quân bất tiếu
Túy ngọa sa trường chẳng vì đâu

Đã qua khắp ngả đường giông bão
Gió chướng phong ba vượt bao lần
Lão trượng gục đầu ngồi "ôn cố"
Khó lòng tìm được chữ "tri tân"

Trước mặt đường xa bao dốc mỏi
Mà chiến mã ta vó câu mòn
Gối mỏi chân bon đời khánh kiệt
Bạc râu trắng tóc mộng chưa tròn.

Trần gian cõi tạm đời thê thiết
Hoài cố hương thôi cũng rã rời
Thư tịch ngàn thu ghi không hết
Chữ thời chữ thế cũng buông trôi

Tà huy, một bóng trên đầu núi
Tàn mộng lương sơn gió hờn bay.

Ngất Ngưởng Bờ Mê
riêng Nhược lan

ly rượu cạn mà tình chưa cạn
rót giùm ta cho đầy nỗi ngậm ngùi
trăng có thật hay là ảo ảnh
dưới mặt hồ chờ sóng đong đưa
ơi ới gọi người
mặt hồ tĩnh lặng
nhưng đáy hồ luôn có sóng ngầm
ta chính là người muốn làm chim trên cọc nhọn
cắm đáy hồ đến tận trăm năm
giữ chặt vầng trăng trong lòng hồ đã cạn
vươn cánh che ngang ánh trăng đầy
nhưng hỡi ơi cọc đời sắp mục
và mặt hồ nước cứ đầy vơi
trăng tròn khuyết vẫn cười cợt sóng
tình ta hư ảo một nhánh sông
cạn ly đầy rót thêm ly cạn
chén rượu đời vẫn mãi chông chênh
ta đối bóng thẫn thờ chờ trăng rụng
vào đáy ly cho dậy mùi men
ta sẽ sẽ ướp trái tim khuyết tật
bằng hương người quen cũ chẳng hề quên.
rượu sẽ cạn nhưng tình không cạn
thời gian qua còn nỗi tật nguyền
trăng giữa nguyên tiêu
ngày rằm sáng tỏa
là trăng tròn
ta hồn khuyết tự nhiên
ta vẫn nhắc ta nếu mà có ngã
thì làm ơn ngã xuống dưới hồ trăng.

ít ra cũng được gối đầu trên nguyệt lạnh
hóa hồn thành lý bạch rượu và thơ
để mãi mãi ngu ngơ trần thế
truy căn nguyên trăng tròn khuyết từ đâu.
để mại mãi ngất ngư dung tục
nhặt khổ đau đời
pha mực viết thành thơ
dẫu trong thơ đầy bi hài phẫn nộ
thì ít ra cũng sảng khoái ngất mê

đêm trăng quạnh rượu đầy mâm lạnh
Nhược Lan ơi đã phiêu dạt về đâu.
Về đâu tá khi đêm tàn nguyệt tận
Sương đã trắng đầu gió hoang vu.

Biển khuya

Hạ buồm gác mái chèo khuya
Trăng như xuống thấp đời chia nhánh sầu
Người về đâu người ở đâu
Thuyền đi muôn dặm biển sâu khó dò

Rượu cạn bình giọt lệ khô
Ngàn khơi vọng nguyệt bóng mờ biệt tăm
Thôi đành xếp lại gối chăn
Thiên thu một khắc trăm năm nhớ hoài

Lương Đã Đi Rồi

Tưởng nhớ Út Lương
1958 - 11/9/1921

Được tin Lương Nguyễn hụt hơi
Lòng đau lệ xót nhớ thời bên nhau
Cái thời thiếu trước hụt sau
Mưu sinh tìm sống thân đau rã rời

Mỗi ngày như thuyền ra khơi
Biết đâu đầu sóng biết bơi hướng nào
Nợ áo cơm trả làm sao
Thê nhi nặng gánh lo toan vô vàn
Sáng đi chưa có nắng tràn
Về khuya một bóng sương lan mấy từng
Hằng đêm lên gác ngập ngừng
Chân run gối mỏi vô thường là đây
Vợ chồng chung chái gác cây
Dài năm rộng một thước tây đo lường
Vậy mà mấy chục năm trường
Chia nhau thương khó chiếu giường có nhau
Ai ngờ đời lắm bể dâu
Tai ương đại dịch lấn sâu hẻm nghèo
Ai lo cho phận bọt bèo
Biết đâu mầm bệnh luôn theo chân người.

Đầu thu sương lạnh buồn rơi
Sài gòn hấp hối chờ thời khai quang
Lệnh còn cấm cửa người sang
Nhưng cơm áo gọi còn đàng nào hơn
Đành lén đi kiếm cháo cơm
Cho qua đại dịch thiệt hơn kể gì
Vậy là dịch bám tức thì
Vài ngày ngắn ngủi người đi xa rồi.

Hỡi ơi! Trai trẻ còn hơi
Vậy mà đành bỏ chốn nơi đi về
Cho người ở lại bộn bề
Cho người ở lại ê chề nhớ nhau.

Cắn răng cắm nén nhang sầu
Đưa người miên viễn ngày sau hợp đoàn
Tiễn Nguyễn Lương thoát lo toan
Bên kia bờ tịnh tâm an vĩnh hằng.

**Phi Nhung
Tiếng Hát Vời Xa**

*"Tự cổ mỹ nhân thường vương lụy
Tài hoa không đợi đến bạc đầu"**
Màn nhung sân khấu và nghệ sĩ
Hương phấn nửa đời sẽ về đâu

Hỡi ơi! Tiếng hát còn vang vọng
Chưa dứt lời ca đã lặng dòng
Mùa bông Điên Điển không vàng nữa
Sóng nước Hậu giang khóc lớn ròng

Tiễn người một nén nhang tâm tưởng
Thương nhớ xót lòng lệ mưa tuôn
Tháng chín đầu Thu chưa vàng lá
Tiếng ca Nam bộ tắt bên sông

Điệu lý Xuân tình câu Vọng cổ
Rơi vào sông nghẹn nước chia đôi
Người qua bờ giác tâm thanh thản
Khán giả còn đây nước mắt đầy

Riêng ta mượn lệ thay màu máu
Ghi lại lời thơ nén lòng đau
Tiễn người một dặm hay ngàn dặm
Cũng vẫn chỉ là bước trước sau

Miệt vườn Nam bộ mơn man gió
Tiếng hát vàng bay đậm mùi quê.
Thân theo cát bụi không hò hẹn
Hồn vẫn Tinh anh trọn khấn thề

Bên ấy bên này xa cách hướng
Thế thời không phép tiễn đưa đường.
Thôi người đi nhé người đi nhé
Hẹn gặp ngày sau vui một phương.

Ta về cạn chén cay còn lại
Nước mắt khóc người khó lòng vơi.

*Ý cổ thi

Phi Nhung - Biệt khúc
*10-4-1970 * 28-9-2021*

1-
Nhớ người mấy độ thăng trầm
Lời ca tiếng hát vọng âm đôi bờ
Người đi còn vướng câu thơ
Để trên tà áo thuở bơ vơ đời
Làm ơn đừng để thơ rơi
Vào miền quên lãng không lời từ ly
Thôi đành ngăn lệ tràn mi
Nén tim giữ chút tình si thật thà.

2-
Đưa người không nỡ đưa xa
Mà sao mù mịt trong ngoài khói sương
Ly hương tiếng hát miên trường
Bông Điên Điển cũng sầu thương lụi tàn
Còn đây bến nước đò ngang
Tiếc thay cô lái đã sang sông rồi
Thôi đành qua bến lở bồi
Nhặt câu thơ cũ gom lời gió bay.

3-
Trăng rơi sóng nước hồn say
Cửu Long mấy cửa thương vay cửa nào
Nguyệt trầm sóng lượn lao xao
Cao nguyên nhớ gió câu ca miệt vườn
Cõi người lưu luyến vấn vương
Bờ mê bến giác đôi đường phân ly
Thôi đành xa chẳng hạn kỳ
Dẫu thư tịch cũ còn ghi tái hồi.

4-
Cuối tháng chín lá chưa rơi
Bỗng dưng tiếng hát đứt hơi nguyệt cầm
Chỉ còn dấu bước chân thầm
Những ngày xưa vướng bụi trần hương mê
Mùa Bông điên điển lại về
Vườn vui thiếu nắng tóc thề ai bay
Thôi đành cạn chén rượu cay
Trời quê một cõi lặng say riêng mình.

Thu Gió Bắc

Lá chín trên cây
vàng ươm nỗi nhớ
gió chuyển mùa xào xạc quanh đây
những giọt sương mai
bám cành chờ nắng
nắng lung linh trên luống cúc vàng
cúc tàn xưa giao mùa vẫn nở
mặc sắt se hơi lạnh tràn qua
từng ngăn nhớ rét run theo gió bắc
gió bắc chưa về
vậy thì sao.

gió ơi gió sao ngậm ngùi ứa lệ
giọt mưa thu ướt đẫm lòng người
những phiến lá bay
bay quanh nỗi nhớ
như gốc cây xa vẫn đợi lá về.

nhớ hãi hùng xưa đêm biên tái
thu không trăng hoảng hốt cận kề
trên phòng tuyến
đêm đen tĩnh lặng
gót chân nào giẫm lá vàng khô
chợt bùng lên lửa kinh hoàng mộng mị
đã hỏa thiêu bao tuổi trẻ hồn nhiên
bao năm qua lửa chiến chinh đã dứt
sao vẫn còn như nóng cháy bỏng da.

đã mấy thu qua
không rượu trà bánh trái
giọt mưa thu như nước mắt bạn tình
luôn ăm ắp đầy trong ngăn nhớ
người đi đâu và đã về đâu
đời lá và tình người khác gì nhau đâu chứ
cũng xanh lên rồi cũng vàng khô
khi ngọn gió vô tình vẫn thổi
qua những mảnh đời chia cắt lìa xa

Thu vàng lá như người bạc tóc
nghe gió bắc qua chợt lạnh người
chiều dần xuống nắng nhạt màu lịm tắt
tóc trắng bay vẫn thương nhớ một thời.

Thu Sài Gòn

Sài gòn đã vào thu chưa em
Mà sao đường vắng phố không đèn
Ngõ vào nhà cũ ai ngăn lối
Hiu hắt buồn hiu bóng tối lên

Hòn ngọc viễn đông không sáng nữa
Sài gòn đã mất phố quen xưa
Bến Thành vắng ngắt thoi thóp thở
Nắng đổ đường quanh vẫn chờ mưa

Những cơn mưa xa, mưa nhiệt đới
Chưa về chưa có lá me rơi
Em không đi lễ ai đứng đợi
Bên giáo đường quen bóng chiều trôi

Chỉ nghĩ đến thôi lòng như đã
Đầy lên thương nhớ thuở nào xa
Thuở áo ai bay trên đường phố
Nhịp guốc vang vang quyện nắng tà

Phố cũ đường xưa nay vắng lạnh
Vạt nắng xuyên cành quá mong manh
Còn đâu hương sắc sài gòn nhớ
Ngược gió thu bay chiều chông chênh

Thôi đành nhắn lại sài gòn cũ
Giữ hộ giùm ta chút gió thu
Để mai về lại đường lưu niệm
Dìu bước em qua khỏi bụi mù.

Bất Chợt Mưa Thu

Giọt mưa quý hiếm vừa rơi xuống
Có phải vì ta mãi tâm thành
Xin cho trời nắng đừng vung vãi
Rát thịt khô da buổi giao mùa
Người đó ta đây hằng mong đợi
Cơn mưa tháng tám bước vào thu
Vài hạt nhẹ rơi lòng như đã
Ướt cả trong ngoài mát đường xa
Mát luôn khuông nhạc ai vừa kẻ
Cho tiếng nhặt khoan vẫn bổng trầm
Từ Nguyễn Tất Nhiên
Qua giáo đường thấy Chúa
Vẫn khóc cười trên thập giá cô đơn
Như xót thương giọt mưa trên đá
Ướt tượng buồn trong vườn vắng quạnh hiu
Chàng thi sĩ đa tình ứa lệ
Khóc một mình trên đường phố mưa bay.
Ai biết được khi men tình say tỉnh
Thì sá gì nắng gắt với mưa sa
Một đời thơ, một dòng thơ sũng nước
Vẫn còn hơn sa mạc cháy nung người
Một người yêu, một người yêu vô thủy
Hoặc vô chung vẫn luôn có khóc cười.

Và từ đó thu luôn ứa lệ
Thành giọt mưa ngâu tháng tám về
Thu tái ngộ hay là thu tao ngộ
Mà sao ta vẫn mãi trầm mê
Trăng thu vỡ lòng ta không vỡ
Vẫn nhớ hoài thu cũ thuở xanh xa.

Trăng tà

Mấy độ xuân thì ngát hương hoa
Vẫn mãi rong chơi khắp trời xa
Nay như chiều xuống trên cỏ úa
Hiu hắt khói mờ vây quanh ta

Đã mấy mùa qua hoa khoe sắc
Rồi cũng vàng thu theo lá rơi
Trách chi lưu thủy vô tình ấy
Hãy cứ như mây lững lờ trôi

Đời người như gió qua ải trống
Biên giới nào ngăn khách đa tình.
Khi hoa vẫn thắm vươn cành nụ
Thu Lá vàng khô chỉ riêng mình.

Đường đi gần vượt bờ biên ải
Còn một chút hơi cũng mộng vời
Mai kia có hóa thành tro bụi
Cũng cám ơn người đến không mời

Chỉ một lần thôi là tất cả
Người xa, ta níu bóng trăng già.

Chạng Vạng Chiều Đông

Phiến lá khô rơi
nằm bên đường mê thiếp
chiều đợi thu tàn đêm xót xa
gió bắc lẻn qua từng vuông cửa nhỏ
mùa đông gõ cửa lên đồng

gió chao nghiêng những cành khô quằn quại
bông tuyết bay trắng cả sân đời
trắng như mái đầu ta bạc trắng
từ mấy mùa thương nhớ nát lòng

ơi người! đã mười năm hồ dễ
cố tát cạn sông tìm lại mảnh trăng quê
dẫu vẫn biết trăng xưa đã vỡ
từ mùa đông năm ấy dại khờ
ta chết ngất bên bờ tuyệt lộ
khi đối diện đêm
đen tối đen
chỉ mơ hồ thấy em sương khói
qua cầu mây biền biệt chia xa

đã mấy thu qua bao mùa đông lạnh
cúc tàn bông tuyết vờn bay
hoa tuyết trắng cây trắng đầy sân vắng
trắng cả lòng ta trắng tóc sầu
trắng lịm chiều mê
đông về đồng thiếp
mơ hồ nghe dạ cổ hoài lang
tiếng sênh phách như du hồn mộng mị
đã mười năm ta khánh kiệt hụt hơi

sống như giữa trầm mê băng hoại
sao vẫn nhớ người
người khói sương
sao vẫn nhớ người người biệt tích
đò sang sông đã chẳng quay về.

lại lá vàng rơi
lại mùa đông trắng
là thu đông trở giấc chuyển mình.
ta đứng dậy từ cơn đồng thiếp
chiêu hồn người từ cõi xa xăm
hãy về mau về nhanh lên chứ
đã mấy thu tàn đã mấy đông phai
ta khánh kiệt sức mòn chân mỏi
vẫn gọi khan nấc tiếng vọng tình.

chào thu đông. sương khói biệt mù tăm
chiều đã lên bóng đêm ngời sắc lá
Nguyệt tàn nguyệt tận tán nhân tâm.

Thu Riêng Ta

Từng ngăn nhớ có nỗi buồn vung vãi
Nhắc nhở ta phút biệt tình xa
những giọt lệ lăn qua đời lá
khóc như cười từ những phôi pha
thu phai vàng lá
tình cũng biệt
từ lúc người đi chẳng nói gì
cánh nhạn theo mây mờ ảo ảnh
ta về gom lại bóng tà huy
đốt lá vàng khô
sưởi lòng ấm lạnh
ta khóc cười thu quạnh nhớ người đi
ở đâu đó người xa có biết
sóng vỡ đời trôi lạc bóng thuyền
giữa trời mây mưa, ta như tượng đá
đã mất hồn từ phút biệt xa

đêm lạnh lắm
sương chất chồng lớp lớp
vây kín quanh ta
lửa cũng tàn
những ngỡ lửa tàn thiêu dấu ái
nào ngờ thương nhớ vẫn bùng lên
nóng rát ruột gan giữa trời thu lạnh
vầng trăng xưa cũng giấu mặt ngậm ngùi

thế mới biết chữ chân tình bất biến
trong tim người còn mãi những si mê
dẫu vẫn biết si mê là hoại huyết
nhưng máu chảy về tim chảy chẳng ngừng.

người còn thở tức là còn sống
người còn yêu là còn nhớ điệp trùng
đã mấy thu qua
trăng tròn khuyết
thuyền vỡ sóng tan nước lớn ròng
thời gian trôi mãi không ngừng nghỉ
riêng chỉ mình ta vẫn đợi người.

Hoa Cúc

Mùa thu cúc chẳng ra hoa
Vườn đầy sương muối gió qua hướng nào
Nắng chen kẽ lá lao xao
Hiên nhà sân nhỏ nghiêng chao phận người
Ly cà phê nguội đắng môi
Trái tim co thắt kéo hơi thở tàn
Bay theo khói thuốc không tan
Nhịp đời cô quạnh võ vàng dấu xưa

Tự dưng nhớ tiếng võng đưa
Thèm ngày trái gió mây mưa hiên đời
Âm dương giao phối hụt hơi
Như sông vờn sóng người bơi ngược dòng
Bây giờ người đã sang sông
Cúc hoa không nở thu phong ngậm ngùi
Võng treo hiên vắng ngủ vùi
Rã rời dưới cội cây thu khô cành
Nhớ người mãn nguyệt bên mành
Môi hồng mắt biếc sợ hanh nắng chiều

Hiên đời ta đợi nguyên tiêu
Mơ đêm phong nguyệt nghiêng xiêu bóng đời
Vườn phơi xác lá trong ngoài
Còn đâu hương lửa giữa trời thu đông.

Cà phê cũng chẳng ấm lòng
Vườn thu thay lá, xác trong hồn ngoài.

Những Cánh Chim Đen

Bầy chim đen ở đâu chợt đến
ghé vườn thu lá chín rụng đầy
bầu trời quang sao mắt thu lạnh quá
chạnh nhìn tôi như ái ngại phận người
đời vẫn trôi mơ hồ theo dòng chảy
níu thời gian vô thủy vô chung

tôi chợt nhớ biển quê nhà sóng nhảy
sóng nhảy miên man
bọt reo trên bãi vắng
hay sóng ngủ yên trên bờ quạnh không người
hỏi thế thôi chứ biết ai còn nhớ
kẻ đi xa chưa kịp quay về.

bầy chim đen vẫn vô tình bay nhảy
trên mái nhà đã phủ rêu phong
chúng giành nhau như tranh từng giọt nắng
của mùa qua còn sót chút ánh hồng
chim còn biết tìm nguồn ánh sáng
còn ta
sao chỉ thấy tối đen
theo mây xám kéo về vần vũ
báo hiệu thu đông đã cận kề
bốn mùa qua rồi bốn mùa khác tới
nhưng đời người chỉ một mà thôi
quay quắt một thời
như ngày nắng tới
rồi bóng chiều lên se sắt mưa rơi

chợt nhìn lại mình
tự dưng sảng sốt
tóc bạc da mồi chân mỏi tay run
vẫn đang cố kéo xe đời lên dốc
dốc cao sức cạn đã cuối đường.

chiều thu, chiều thu
bầy chim đen hoảng loạn
cất cánh bay về cuối chân trời
tôi còn lại chút hơi tàn thu lạnh
tự hỏi mình có phải mình không.

Một Dặm Tương Thân
Nhớ hàn song tường

Một dặm tương thân mấy dặm đời
Hỏi cho có hỏi thế mà thôi
Thật ra một dặm là muôn dặm
Một phút bên nhau nhớ một đời

Tri âm tri kỷ đã rong chơi
Thi tứ đong đưa suốt một thời
Cho dù ngày tháng luôn thay đổi
Muôn kiếp ân tình chẳng hề vơi

Vần thơ ý chữ tình tri ngộ
Luôn mãi bên nhau suốt cuộc chơi
cành hoa bất tử không đổi sắc
Vẫn tỏa mùi thơm ngát hương đời

Một dặm tương thân là tất cả
Mưa lệ còn thương giọt thu rơi

còn đây tóc ngắn
ngàn xưa cũ
hứng nắng vàng rơi
rụng xuống đời
Ta như chiếc lá
bay trong gió
Góp nhặt tình xa
của một thời

Phút Đầu Phút Cuối
với từ dung

Bất chợt em
níu anh phiêu lãng
dưới trăng suông cô lạnh từng đêm
bất chợt em
nhìn anh ái ngại
cạn chén cay lệ nhỏ hiên đời
bất chợt em
chạm tay anh lạnh ngắt
anh biết ngay
là đã phải lòng nhau
rồi từ đó
em ơi có nhớ
anh có em như đêm có trăng rằm
anh có em như ngày vui có nắng
là mùa xuân trên mỗi bước chân trần
là "con tim đã vui trở lại"
ngày đã hồi sinh
sau bi kịch điêu tàn

rồi từ đó em và anh mãi mãi
bên đời nhau như hình bóng không chia
và thời gian dường như đứng lại
để bù trừ cho những lúc sai đường
từ có em
đời anh thành khuôn phép
biết bằng lòng và luôn biết lo toan.

không thành công nhưng thành nhân mong thế
cám ơn em còn hiện diện bên đời

cám ơn em chia tình ấm lạnh
những mùa qua là hạnh phúc vô ngần
em mãi mãi vẫn là ánh sáng
soi nửa đời sau hương lửa cận kề.
cám ơn em lời dư thừa khó nói
anh có em là có cả ý đời.

anh đã từng nửa đời lận đận
vẫn đi tìm hạnh phúc xa xôi
cố ý nhặt lên
lại vô tình rớt xuống
chẳng khi nào giữ trọn tin yêu
chỉ có chăng là tình yêu nhục thể
phấn hương nồng một thoáng rồi bay.
anh đã từng
bên đường đông người lạ
từng đói lả người trước những hàng ăn
anh như kẻ lạc đường trong đêm tối
cho đến ngày bất chợt gặp em
người phụ nữ mảnh mai
nhưng mạnh mẽ
đã dìu anh từng bước chân đời
và ta đã cùng song hành một hướng
tương lai gần hạnh phúc không xa
ta bắt đầu như ngày xưa còn bé
cho đến ngàn sau mãi cận kề.
dù chưa hề ăn thề cắt máu
nhưng đã là một nửa đời nhau

cám ơn đời cám ơn trời
và cám ơn em mãi mãi
đã cùng anh chia vạn dặm lữ dài.

Chân tâm

Người uống rượu biết nồng cay của rượu
Người ăn rau biết phân biệt mùi thơm
Người tích của mắt giả mù khiếm thị
Không thấy bạc vàng có máu tanh ươn

Nên nhân thế xem như không hề biết
Máu mồ hôi vàng bạc chẳng thiện lành
Nên cứ mãi tranh nhau binh biến loạn
Chinh chiến không ngừng đời sống mong manh

Nếu người người biết tích đức giữ mình
Như biết giữ hương nồng thơm của rượu
Nếu người người cho đi không nhận lại
Thì thế giới bình hoa trái ngát hương

Phật pháp dạy luôn từ bi phổ độ
Đạo Chúa khuyên nên bác ái yêu người
Bác ái từ bi vốn không hình bóng
Như lòng người ai thấy rõ được đâu

Thôi thì cứ cho phù hoa vật chất
Sớm bay đi như hơi rượu nhạt mùi
Như cỏ cây nếu ngủ yên đông chí
Thì mùa sau hoa lá dậy hương đời

Thì lúc ấy chân tâm bình sẽ nở
Chẳng vì ai mà vì cả mọi người.

Thư Cũ

Lá thư viết giữa giờ ngưng chiến
Còn vương mùi khói súng cay nồng
Gần xa bom đạn còn vang tiếng
Chật cứng trên trang giấy đã nhàu

Chưa kể những cơn mưa bất chợt
Poncho nước tạt gió tung bay
Đẫm trang giấy ướt thư lấm mực
Chữ còn chữ mất chữ chưa đầy

Chắc khi em nhận thư đã ố
Nhưng tình anh gởi vẫn tinh tuyền
Chỉ có tên em đầy trong sổ
Không còn ai khác để tư riêng

Anh có nhắn thêm là rán đợi
Ngày về anh sẽ kết xe bông
Sẽ đón vu qui vui hoa cưới
Sẽ lót giường êm trải chiếu hồng

Em nhớ ghé nhà thăm mẹ nhé
Mai kia là mẹ của chung thôi
Hai ta và mẹ cùng một mái
Nhà tranh vách ván tránh mưa đời

Cây khế sau nhà hoa ra trái
Em sẽ thấy tài mẹ nấu canh
Ngọt chua có đủ trong nồi nước
Đã thấm vào anh từ ngày sanh

Em ơi thuở ấy còn nhiều thứ
Giấy đã đầy trang khó viết thêm
Thôi thì cứ đợi anh về vậy
Mau lắm không chừng mai mốt thôi

Thư đi thư đến không tin lại
Ngày về người đã sóng xa đưa
Con đò bến cũ nay đã mục
Chỉ còn lưu lại lá thư xưa

Cho dù kỷ niệm đà xa lắc
Thư chữ nhòa phai với tháng năm
Vậy mà sao mãi còn nghi hoặc
Vẫn chờ vẫn đợi bóng biệt tăm.

Tím Hoa Bông Giấy
riêng cô giáo trẻ ngày nào

Mặc dù bông giấy không hương
Sao ta cứ mãi vấn vương thế này
Chắc vì gió chướng rung cây
Sương rơi nặng hạt khói mây hững hờ

Hay vì trên dòng sông thơ
Vọng âm quan họ "người ơi đừng về"
Động tình tâm thức tỉnh mê
Lá khô rụng xuống bốn bề gió mây

Nhớ người kiểu cách riêng tây
Khi qua cửa lớp gió mây thẫn thờ
Đêm về thao thức làm thơ
Lời buông lỡ vận ý mơ lạc lầm.

Cô giáo trẻ chưa tình nhân
Bảng đen phấn trắng thâm quầng mắt đêm
Bước lên bục giảng nhẹ êm
Sao nghe lay động gót mềm bước chân.

Lòng riêng tình ý lặng thầm
Đứng lên ngồi xuống muốn gần lại xa
Hay là ta đã … thật thà!
Yêu cô giáo trẻ điệu đà áo hoa?

Mùa Thu bông giấy tím nhòa
Trên tà áo khép giao hòa gió mây
Chỉ thế thôi như lá bay
Lớp kia cửa đóng lớp này trống trơn.

Cô rời trường lớp hợp hôn
Ta vào quân ngũ còn ôm khối tình
Tím hoa không của riêng mình
Ngày về trường vắng bóng hình mờ phai.

Áo hoa ngày cũ trang đài
Đã thay áo cưới bên trời viễn phương.
Ta đành vui với chiến trường
Mang theo bông giấy suốt đường tím hoa.

Thương Quá Đời Mình

Tôi là con sâu đo. vẫn vặn mình rướm máu
đo cùng trời cuối đất. đo vực thẳm sông sâu
đo núi cao biển rộng
vẫn chưa đo được hết lòng người
xuân hạ thu đông ngàn đời tái diễn
chợt một chiều tóc trắng sương rơi
và khai ngộ
lòng mình chưa đo hết
làm sao đo được lòng người
vẫn mãi sân si. buồn vui ấm lạnh.

vướng bùa yêu
muôn thuở vẫn dại khờ
một thoáng vô thường ngàn năm ẩn hiện
sao trách sóng bạc đầu thương nhớ những đời sông
sao trách biển nhớ những đời thuyền biền biệt
những cánh buồm no gió ra khơi
sao không trách biển đời cuồng nộ
vẫn còn người mê chấp gánh trần ai
dẫu Phật độ ba ngàn thế giới
cũng khó lòng độ được sân si.
mầm ái dục vô hình vô tướng
vốn sắc không giữa hỉ nộ đời thường.

Ta như con sâu đo
đo được đời của lá
nhưng lại không đo được chính mình
dẫu qua ải gian nan mấy bận
đã vượt truông thương khó mấy lần
chưa đo xong cuộc đời của lá
là chiều thu nắng quái tắt dần

nên khóc ngất giữa thiên thu nguyệt tận
tự thương đời sao cứ mãi gian nan
có phải vì
người là hoa hương ngát
ta chẳng dám lại gần
như lá vàng nhớ tình lục diệp
vẫn mãi hoài say đắm sắc hoa
vậy mà sao lại đôi bờ chia biệt
cuống lá cành hoa vẫn chia xa
hương hoa bay ngàn thu bất tận
lá tàn khô. chỉ rụng rơi thôi
thời gian qua. đời vẫn qua rất vội
ta mãi chờ hoài hoa ngát hương
đêm nối đêm mơ hóa thành cánh bướm
bên ngàn hoa tươi thắm sắc màu
như Trang sinh mộng Kim hồ điệp
đã thiên thu. huyễn tưởng vẫn còn nguyên.

người về đâu giữa ngàn hoa khoe sắc
để mình ta lầm lũi kiếp sâu đo
người về đâu giữa ngút ngàn dâu bể
để mình ta thương quá những đời hoa

con sâu đo vẫn đo đời của lá.
còn ta. chẳng đo được đời mình.

Chiều Xuống Bên Đời

Ngọn gió reo vui, vui cùng nắng
Lén qua cửa hẹp tiếp hơi đời
Chuyển lửa vào thơ hong đêm tối
Bút rong cạn mực khó trọn lời

Vũ trụ vô biên đời hữu hạn
Nhanh lên với chứ nắng phai phôi
Nước lớn nước ròng luôn dịch chuyển
Bánh xe lịch sử vẫn luân hồi

Ý thức lửa tim còn bất phục
Mặc tro tàn chữ thả trôi sông
Sóng trước sóng sau dồn liên tục
Sự đời mới dấy đã như không

Chiều xuống xuôi dòng còn bơi ngược
Nước lớn nước ròng trăng vỡ đôi
Đêm sẽ vô cùng đêm trầm tích
Ý đời còn rụng giọt đãi bôi

Một lứa bên trời xa cố xứ
Lạc bước phong trần lỡ đường mây
Gặp nhau như thể là xa lạ
Có lạ gì đâu mới đây mà

Chẳn lẽ bởi vì và tại vậy
Phải về đóng cửa suốt đêm ngày
Hay cứ đành ôm thân thất thế
Giả vờ thiền tịnh giấu chua cay

Ta tự nhìn ta qua kính lão
Bạc râu trắng tóc tuyết sương vây
Nhưng sao lạ quá tim dồn máu
Máu lính còn nguyên như thuở nào

Chí lớn công thành chưa về thật
Nhưng còn nhiệt huyết vẫn tự hào.
Một mai tạ lỗi cùng đất nước
Quê hương phần thổ xác thân trao.

Ngày lên, gió vẫn vui cùng nắng
Mặc lá vàng khô cây vẫn xanh.

Xuân Muộn Đời Thường

Đôi chim xanh hôm nay lại đến
rất hồn nhiên với hoa cỏ sân nhà
giữa đất trời đầu xuân vẫn lạnh
lòng xốn xang lại nhớ con xa
con của ta là sóc nâu sẻ nhỏ
đã về đâu theo cuộc sống ta bà
tim vẫn đợi máu về chung nhịp
tiếp thêm hơi thở nghẽn giữa dòng đời

xuân còn lạnh hoa đào nở muộn
những nhánh cành lác đác ra hoa
hoa không thắm bằng những mùa xuân trước
khác gì ta như đồng cỏ khô cằn
xuân có cây xanh để đơm hoa thụ phấn
ta có con mà con lạc phương nào?!
ngọn gió đẩy đưa bướm ong ngơ ngác
đôi chim xanh vẫn ríu rít chuyền cành

trời vào xuân sao còn se sắt lạnh
chút nắng vàng mơ le lói sân vườn
biết khi nào lá khô rơi về cội
cho cây già cành nhánh đơm hoa
cuộc đời ta cứ chiều tà nắng sớm
thời gian qua hờ hững vốn vô thường
lòng con trẻ hỡi lòng con trẻ
tình ta là máu huyết trong con
chỉ tiếc là máu không chảy ngược
cho tim buồn lạc nhịp phân vân
nên trời xuân mà như đông tận

hoa rụng đầy lòng héo quắt queo
đau quặn thắt ngậm thương nén nhớ
ai biết buồn cho cây héo gốc già

nửa thế kỷ lạc loài qua rất vội
đời tha hương khó níu giấc mơ xanh
lòng nhớ con mà nói ra khó nói
vì âm vang đã khàn đặc với thời gian.

trời vào xuân mà lòng ta đông lạnh
gió xôn xao thổi suốt những dặm đời.
nhớ, nhớ quá, các con ơi! nhớ quá
những hồn nhiên của một thuở cận kề.
biết khi nào qua hết dốc nhiêu khê
để thấy lại thảo nguyên xanh biếc cỏ
để lại thấy sóc nâu và sẽ nhỏ
quanh quẩn bên ta vui giữa đời buồn

Giọt máu dồn tim tuổi già kết dính
mộng đoàn viên xuân muộn giọt lệ tràn.

đối ẩm

một ngày hay đã trăm năm
mời nhau chén rượu thăng trầm cũng vui
mời thêm một chén ngậm ngùi
tóc xanh sương điểm ngọt bùi có nhau
ơ kìa lòng dạ trước sau
vẫn như minh nguyệt sáng màu thời gian
sợ gì đời lắm gian nan
đã là một thuở dọc ngang sông hồ
dẫu cho chí lớn hùng đồ
chưa về như ý câu thơ chưa tròn
vẫn còn nguyên một tâm hồn
còn bi trí dũng sắt son không dời

mời nhau một chén rượu đời
phù hoa, buông bỏ, thảnh thơi phận người
mai kia trọn kiếp rong chơi
có thuyền bát nhã đưa người sang sông
có thêm chén nữ nhi hồng
có tình tri kỷ giữa mênh mông đời

mời thật nhé không đãi bôi
cạn thêm, thêm nữa cho ngời sắc hoa
rượu vào thì phải lời ra
cho vui lòng bạn đường xa tương phùng
tỉnh say luận chuyện anh hùng
cũng đầy men ngọt trải lòng trăm năm

mai về ngủ dưới trăng rằm
trong mơ nhớ bạn bội phần nhân lên.
mơ mời thêm chén rượu tiên
tửu phùng tri kỷ còn nguyên nghĩa tình.

Gởi Hương Cho Gió NgànBay
Love for ever / Vô cùng thương nhớ bào đệ
Trần Thanh Hương Phong / 1955 30-9-2024*

Ngồi đây cô quạnh một góc trời
Nhớ thời xưa cũ lệ thầm rơi
Hương thơm gió thoảng còn quanh quẩn
Hỡi ơi! Sao lại trống chỗ ngồi

Còn nhớ nụ cười hiền biết mấy
Trải lòng huynh đệ lúc nắng mưa
Mười năm không gặp lòng hằng nhớ
Sao Hương đi vội chẳng biệt từ?!
Lòng đau, đau lắm làm sao nói
Mở lời là lệ lại tuông rơi
Hương ơi! Nước mắt không vơi được
Mới đó còn nghe tiếng nói cười
Còn vang tiếng sóng đùa với biển
Mà sao đã vội giã biệt đời
Ngồi đây đón gió lòng còn nhớ
Thanh Hương hiền đệ lúc sinh thời

Mê mãi rong chơi lòng không bận
Cho dù mưa nắng cõi trần ai
Luôn dấu trong tim niềm riêng lẻ
Nợ tình thê tử vẫn nặng vai

Ngày xưa thân ái còn đâu nữa
Sao lòng tưởng tiếc mãi khôn nguôi
Giọt lệ tuông rơi khô thành đá
Như còn sắc cạnh cứa thịt da
Nhớ lúc chung mâm vui tiệc rượu
Hương vỗ mặt bàn cất tiếng ca
Vẫn là câu chuyện thuyền và biển
Sóng đẩy thuyền trôi vọng ngàn xa
Cho bến bơ vơ ngày tháng đợi
Chờ người quá hải vượt trùng khơi
Chưa kịp về theo lời hò hẹn
Hỡi ơi Phong đã bỏ cuộc chơi
Ngồi đây thiếu gió thêm nhớ gió
Thanh phong ngọn gió vốn trong lành
Thổi suốt xuân thì bao mùa quạnh
Vẫn nhớ vô cùng Hương của anh
Giờ đây biết nói gì thêm nữa
Phút cuối cũng không thấy mặt nhau
Áo quan khép lại là chia biệt
Lòng anh như dao cắt đoạn trường
Em về cõi ấy thiên đường lạnh
Hay nóng nào hay, ai có hay
Nhớ tìm Cha mẹ Ông bà nhé
May ra còn có dịp đoàn viên
Cầu cho thân tộc còn ở lại
Cuộc sống bình yên tránh lụy phiền
Phong đi Hương gió còn ở lại
Bầu bạn cùng anh với nắng chiều

Nắng chiều hiu hắt hoàng hôn lạnh
Nỗi lòng tê tái sáu Phong ơi!
Nước mắt lại rơi
Mưa thu tháng chín
Phong đã đi rồi đi thật xa
Làm sao níu lại ngày tháng cũ
Đệ huynh thân ái của Trần gia.

Thôi nhé bình yên lên đường nhé
Xác là tro bụi còn tinh anh
Mai kia gặp lại nơi nào đó
Nối tình huynh đệ cây liền cành
Thiên thu vĩnh biệt
Tình chưa biệt
Gió lành hương ngọt vẫn quanh đây.
Nói là nói vậy mà sao vẫn
Thương nhớ vô cùng em của anh.
Không kịp về thăm em lần cuối
Trời ơi! Oan nghiệt gió dông đầy.
Nhìn qua di ảnh là mưa lệ
Mắt buồn vời vợi nụ cười rơi
Dĩ nhiên sau trước rồi sẽ gặp
Nhưng sao nước mắt vẫn không vơi
Phong đi, đi thật, hay là vẫn
Còn ở quanh đây như rượu đầy

Thôi nhé có nói gì thêm nữa
Cũng không vơi hết nỗi bi ai
Em qua bờ giác vui đời mới
Anh cạn giùm em ly rượu cay.

Rượu cay còn lại trên trần thế
Quang gánh mình anh nặng vai gầy.

Vào Đông

Hai mốt mười hai
vào đông nước mỹ
ta chờ xuân
sương tuyết rụng trắng đầu
bầy chim nhỏ đã về đâu ai biết
sân vườn nhà vắng tiếng râm ran
sót chút nắng
soi hiên ời lạnh
lạnh tuyết sương mờ đục mắt người
những giọt lệ đóng băng trong ngăn nhớ
giữa đất trời ta bóng đổ hình xiêu
tình nhập hồn thơ từ muôn kiếp trước
vẫn theo ta từng bước quạnh hiu
con nước cuốn liu riu
níu chân cầu lặng lẽ
sao người qua nỡ để áo bay
chỉ còn lại dề lục bình tím rịm
tím cả niềm thương nỗi nhớ thẫn thờ

Nghe mơ hồ tiếng độc huyền sâu lắng
réo rắc âm thanh
luyến láy bổng trầm
như mũi dao chạm ngăn tim nhớ
nỗi hoài nghi xưa cũ đã xa
sao vẫn còn niềm tin vụn vỡ
nhưng nhức thịt da dạ bồi hồi
sông ngược nước đò xuôi lướt sóng
đưa người đi biền biệt về đâu
đã bao năm
mười, hay hai mươi rồi nhỉ!
mà sao như chỉ mới đây thôi

vết thương cũ vẫn chưa lành sẹo
vẫn còn đau theo nỗi nhớ tật nguyền
và mai đây là tháng giêng năm mới
tờ lịch cuối cùng rụng xuống cũng nhói đau
hằng số nhảy nát nhàu con chữ
lại quay về số một đầu năm
nắng giêng hai sẽ nghiêng mình hứng gió
gió bay qua cắt ngọt nỗi nhớ người
biết người đi là đi biền biệt
sao ta còn vương vấn nặng lòng
sao không thể hãm mình thanh tẩy
tội tổ tông còn trói chặt niềm tin

Hai mốt mười hai, đầu đông xứ lạ
ta nhìn lên cô quạnh một góc trời
ta nhìn xuống vũng lầy đen tối
có còn gì mà mê mãi cuộc chơi
ngọn gió hắt hiu liu riu con nước chảy
dòng ngược xuôi có khác gì nhau
là thân phận bọt bèo xa cố thổ
nỗi quạnh hiu giăng mắc những dặm trường
tâm sự riêng ta trời thông đất tỏ
chỉ sợ mai kia
nghẽn đường hơi thở
biết mắt có còn nhắm kín được không
biết người xa có thông linh để hiểu
ta đi nhưng lòng vẫn bên người.

Hăm mốt, mười hai
trời quang sao nhỏ lệ
ta nhìn ta run rẩy một kiếp người
ai hẹn ai mai kia xuân mới
biết hoa nào sẽ còn nở vì ta.

Nén Nhang
Cho Ngày Chiến Sĩ Trận Vong
Nhớ AET Nguyễn Đăng Thuận

Tao nhớ mày nghe Thuận
đã năm chục năm hơn
tiền đồn hiu hắt gió
mày ngã xuống tỉnh bơ
viên đạn xuyên nón sắt
còn một lỗ tròn vo
máu mồ hôi chảy xuống
đưa hồn vào hư vô

thiếu sinh quân trường cũ
biết có nhớ tên mày
năm nay ngày kỷ niệm
những chiến sĩ lạc bầy
nếu hồn mày về dự
nhớ chào tay nghe mày
tao nhiều lần thoát chết
nên lây lất còn đây

nói cho vui vậy thôi
chữ "chi binh huynh đệ"
làm sao không nhớ nhau
sao không rơi nước mắt
cứ nói về người lính
là lệ nóng, mồ hôi
máu đẫm đầy chiến trận
công thành nhất tướng thôi

nước mắt khóc chia ly
mồ hôi quân trường đổ
và máu tràn mặt đất
trận vong chết không mồ
tao may mắn còn đây
không quên đồng đội cũ
nhớ từng thằng từng đứa
nhất là mày thuận ơi!

cửa đông ba còn đó
gió ru vọng gác tàn
hẽm nguyễn thành trầm mặc
mong những hồn lang thang
như chàng jack trời tây
có lồng đèn quả bí
mỗi năm sáng một lần
soi cõi trần ma mị

ta chốt thí trời nam
vẫn còn nguyên vũ khí
chưa đánh đã tan hàng
phải sang sông quá hải
hôm nay ngày kỷ niệm
năm mươi năm biệt vong
đã vời xa cố quốc
chiêu hồn chưa hề xong

biệt quê nhà viễn xứ
tao thắp nén nhang buồn
siêu sinh hồn tử sĩ
và nhớ mày thuận ơi!

Lòng ta cánh buồm

Lòng ta mở như cánh buồm no gió
yêu hết mọi người mơ viễn phương
thuyền theo biển mênh mông vô tận
biển biết buồm thuận gió hay không

nếu lòng ta chỉ là thuyền, cứ thế
nếu không buồm, thuyền sẽ về đâu
cơn gió ngặt
trên biển đời trăm hướng
biết hướng nào no gió buồm căng
nên lòng ta giữa bụi hồng vẫn mở
cho buồm luôn lộng gió muôn trùng

nếu thuyền ta trên biển đời bất khả
thì còn buồm căng gió ra khơi
nếu lòng buồm là ta tơi tả
thì ước mơ xa gởi mộng muôn nơi

nếu thuyền trôi không bờ bến đỗ
thì còn buồm căng gió biển trời
dẫu đời thuyền có ngày rã mục
thì hồn ta vẫn mãi mãi cánh buồm

vẫn yêu đời yêu người bất tận
như thuyền yêu biển mãi không thôi.
nên lòng ta cánh buồm
yêu đời thuyền biết mấy
dẫu chân trời đã thấp thoáng tà huy.

**Cung bảo bình/
đoànthyvân / nguyên hà
Cũng chỉ là người lính cầm bút
túy hà**

Hội viên PEN INTERNATIONAL
Văn Bút Việt Nam Hải Ngoại
Hội Nhà Văn Việt Nam Lưu Vong
Hội Nhà Văn Việt Nam Tự Do
Biên tập viên Văn Đàn Thời Đại
Cựu Tổng thư ký Tạp chí Tin Văn
Chủ bút Tạp chí Trầm Hương
Cựu Chủ Tịch Trung Tâm Văn Bút
Nam Hoa Kỳ

sáng tác phẩm :
tình gầy (thơ)
tình yêu lang thang và chiến tranh (thơ)
trên đồng lau trắng (truyện)
những nẻo đường hành hương (ký sự)
vàng lên nỗi nhớ (thơ nhạc)
rực rỡ đời thường (hợp tuyển)
dấu ấn da vàng (thơ)
lối cũ vẫn trong tim (CD thơ viết chung)
dã quỳ vẫn nở (thơ)
thơ tình của túy (CD thơ)
cát bụi lưu vong (thơ)
không chỗ gối đầu (thơ)
những mảnh đời biệt xứ (Truyện ký)
một thời áo lính (Thơ)
hữu Hạn vô biên(thơ)
tình thơ ý ảnh (thi ảnh)
rong bút (thơ)
góp mặt :
một phần tư thế kỷ thi ca VNHN (Paris)
30 năm văn học lưu vong(kỷ yếuVB)
14 tác giả hải ngoại (thi tuyển)
36 tác giả thế kỷ 20 (biên khảo)
Chân dung văn nghệ sĩ (NNN hợp tuyển)

chủ biên:
http://www.tuyhathuquan.com
vanbutnamhoaky.com
hoiquantramhuong.org

Mục Lục

Thay lời bạt / 5
Phụ bản / Valentine / 11
Ngày nhớ tháng buồn / 13
Nguyệt / 14
Quán gió / 15
Nhớ nhánh sông xa / 16
Thu đông phương / 18
Bến chờ / 20
Phụ bản / Độc ẩm / 21
Biên giới / 23
Người về / 24
Đò dọc / 25
Đường xưa biển cũ / 27
Tưởng / 29
Thu qua rừng phong / 30
Mùa xuân hoa lạc / 32
Xuân thời / 33
Trên dòng sông chảy / 35
Nguyệt thu / 37
Ngày sinh / 39
Thu nhật / 40
Bốn mùa / 41
Đọc ké mẩu thơ / 43
Văn miếu / 44
Bên trời tây / 46
Rong bút thơ / 47
Sông trôi / 51
Trên dòng sông nước đục / 52

Đời chữ cũng đau / 53
Thế thời / 54
Trống vắng / 55
Nhớ người bạc liêu / 56
Trạm chờ / 57
Ngày một đầu năm / 58
Phụ bản / Sài gòn chợt mưa / 60
Thơ ướt / 61
Vô vàn thương nhớ / 62
Trong cõi thực / 63
Phụ bản / Công phu / 65
Biển chờ / 66
Từ lúc chung đường / 67
Mênh mông chiều / 69
Đời chữ đường văn / 70
Phụ bản / Mùa thu tóc ngắn / 71
Tàn đông / 73
Phụ bản / Mẹ bắc âu / 75
Chân dung mẹ / 76
Vu lan / 78
Từ cha nắng tắt / 80
Vẫn mãi bên đời / 81
Từ ngày sinh rất xa / 83
Sợi tóc / 85
Áo xanh / 87
Chuyển mùa / 89
Thuyền trôi sóng ngược / 90
Tình đầu lính mới / 91
Xuân lạ / 93
Tết xa nhà / 94
Mưa / 95
Biển sóng gió lên / 96

Tiễn bạn đồng song / 98
Gió cũng trêu người / 99
Mạt vận / 101
Cũng là hư không / 102
Con đò / 103
Thạch thảo / 104
Văn bia / 105
Phụ bản / Cám ơn đêm ấy / 106
Hôm nay ngày ấy / 107
Nhớ ngọn sóng sầu / 108
Nắng xưa / 109
Sầu đông treo nhánh / 110
Tình xanh / 112
Buổi sáng bên thềm / 114
Tháng tư đến hẹn / 116
Có một thời như thế / 118
Đã biết vậy mà / 120
Phụ bản / xiêm y /122
Cơn mưa đầy / 123
Chiếu rượu bạn vàng / 126
Tháng tám mùa thu / 128
Chiều đã xuống / 130
Còn đó quê hương / 132
Tháng sáu / 135
Tím ngọt bằng lăng / 137
Tháng năm hoa tím / 138
Hồi hướng / 140
Hoa dù / 141
Người đã về đâu / 144
Góc khuất / 145
Mùa hoa nắng / 146
Sông đợi bến chờ / 148

Mùa hè / 149
Phụ bản / Tại sao / 150
Một thoáng bên đời / 151
Tóc mai / 152
Khai quang / 153
Trăng soi / 154
Ngộ / 155
Phong linh / 156
Người đi / 157
Thơ viết trong vườn / 158
Thơ gởi Thanh Tiên / 160
Hãn mã chiều hôm / 161
Đêm ngoài khung cửa / 163
Hoài niệm / 165
Mây xám / 167
Bóng chiều **/170**
Gió ngược / 171
Gởi người bất chợt / 173
Thêm rượu mừng xuân / 174
Cánh hạc xa vời / 175
Hai màu áo / 176
Hoa trong gương / 177
Sóng tình / 179
Anh những muốn / 180
Trên dòng sông / 182
Thu tịch / 184
Vọng nguyệt / 186
Mười năm lại nhớ / 188
Sài gòn đại dịch / 190
Sài gòn bạn cũ / 192
Thu đã xa / 196
Thu tạ / 197

Trường mộng / 199
Nỗi buồn hãn mã / 200
Nghịch vận / 201
Ngất ngưởng bờ mê / 203
Biển khuya / 205
Lương đã đi rồi / 206
Tiếng hát vời xa / 208
Biệt khúc / 210
Thu gió bắc / 212
Thu sài gòn / 214
Bất chợt mưa thu / 215
Trăng tà / 216
Chạng vạng chiều đông / 217
Thu riêng ta / 219
Hoa cúc / 221
Những cánh chim / 222
Một dặm tương thân / 224
Phụ bản còn đây / 225
Phút đầu phút cuối / 226
Chân tâm / 228
Thư cũ / 229
Tím hoa bông giấy / 231
Thương quá đời mình / 233
Chiều xuống bên đời / 235
Xuân muộn đời thường / 237
Đối ẩm / 239
Gởi Hương Cho Gió / 240
Vào Đông / 243
Nén Nhang / 245
Lòng ta cánh buồm / 247
Tiểu sử / 248

*@Chân thành cám ơn các tác giả
có tranh ảnh được trích
từ nguồn internet
dùng để cắt ghép làm phụ bản
cho tuyển tập thơ này
Túy hà cẩn bút*

LÒNG TA CÁNH BUỒM

thơ túy hà

VĂN VIỆT HẢI NGOẠI ẤN HÀNH
2025

Copyright by
hathanhtran/tinatran
tác giả giữ bản quyền
tự trình bày bìa và lay-out

Info: 713-419-3187
tuyha007@gmail.com

ấn phí 20 mỹ kim

www.ingramcontent.com/pod-product-compliance
Lightning Source LLC
LaVergne TN
LVHW041700060526
838201LV00043B/503